रमज़ान परिचय

रमजानच्या पवित्र महिन्यामध्ये 'सकाळ' दैनिकामधून
२०१०पासून प्रकाशित होत असलेल्या'रमजान परिचय'
या सदरातील निवडक १०० लेखांचा संग्रह

अनीस चिश्ती

सकाळ प्रकाशन

सकाळ प्रकाशन

रमज़ान परिचय

प्रथमावृत्ती : जून २०१५

प्रकाशक
सकाळ पेपर्स प्रा. लि.
५९५, बुधवार पेठ, पुणे २.

अक्षरजुळणी आणि मांडणी
अश्विनी महाजन

मुखपृष्ठ
संदीप देशपांडे

ISBN : 978-93-84316-44-0

आधिक माहितीकरिता :
०२०-२४४० ५६७८ / ८८८८८ ४९०५०
sakalprakashan@esakal.com

वाचनाची आवड असणारे
आणि वाचनसंस्कृतीची जोपासना करण्यासाठी
प्रयत्नशील राहणारे माझे स्नेही
***एम. के. शेख** (निगडी, पुणे)*
यांना सादर

महाराष्ट्रातून पहिलावहिला प्रयत्न

इस्लाम धर्म, त्याचे स्वरूप, त्यातील उपासनापद्धती, नीतिनियम यांविषयी गेली ३६ वर्षे मी सातत्याने लेखन करत आहे. यात वेगवेगळ्या वृत्तपत्रांतील लेखन, पुस्तके यांचा समावेश होतो; तसेच अनेक चर्चासत्रांमधून वाचले गेलेले निबंध, वेगवेगळ्या व्यासपीठांवरून केली गेलेली भाषणे, व्याख्याने यांचाही समावेश होतो. हे सारे करत असताना अनेक धर्मग्रंथांतील संदर्भ तपासून मांडणी करण्याविषयी मी आग्रही राहिलो आहे.

धार्मिक कर्तव्यपालनासाठी पुराव्यांसहित, अचूक (Authentic) माहिती अधिकाधिक लोकांपर्यंत पोहोचावी या उद्देशाने रमज़ानच्या पवित्र महिन्यामध्ये *सकाळ* दैनिकामधे २०१० पासून 'रमज़ान परिचय' या सदरातून लेखन करत आहे. इस्लाम धर्माविषयी मराठीत लेखन उपलब्ध होत नसल्याने मराठी वाचकांची होणारी अडचण काही प्रमाणात तरी माझ्या लेखनामुळे दूर झाली असावी अशी खात्री वाटते. इतक्या वर्षांच्या अभ्यासातून, परिश्रमांतून प्राप्त झालेल्या अधिकारातून, आत्मविश्वासातून आणि अधिकाधिक लोकांपर्यंत इस्लाम धर्मतत्त्वे पोहोचवण्याच्या तळमळीतून मी हे लेखन केले आहे.

''रमज़ान परिचय' ही लेखमाला आवर्जून वाचत असतो,' असे सांगणारे अनेक दूरध्वनी, पत्रे मला दरवर्षी येत असतात. 'आधी आम्ही तुमचे सदर वाचतो, मग बातम्या वाचतो,' असे सांगणारेही अनेक जण भेटतात. 'आम्ही तुमच्या लेखांची कात्रणे ठेवली आहेत आणि ती आमच्या मुलांना, कुटुंबीयांना वाचायला देतो,' असे सांगणाऱ्या वाचक प्रतिसादांमुळे खरे तर या पुस्तकाची कल्पना सुचली.

वृत्तपत्रीय सदराच्या शब्दमर्यादेमुळे 'रमज़ान परिचय'मधील हे लेख छोटे असले तरी त्यामागे अनेक दिवसांचे परिश्रम असतात. एखादा लेख अंतिम स्वरूपात कागदावर उतरण्यासाठी कधीतरी दोन-तीन दिवसही जातात. आपल्या मनाला वाटले ते लिहिले असे या लेखनाचे स्वरूप नाही; हे लेखन अभ्यासपूर्ण आहे; आवश्यक तेथे वेगवेगळ्या ग्रंथांचे संदर्भही दिले आहेत. इस्लाम धर्म तत्त्वज्ञान, उपासनापद्धती सोप्या मराठीतून सांगण्याचा महाराष्ट्राच्या इतिहासात हा पहिलावहिला प्रयत्न असावा, हे आत्मगौरवाचा धोका पत्करूनही मी नमूद करू इच्छितो.

धर्म म्हणजे काय? धर्म म्हणजे केवळ पोथीनिष्ठ तत्त्वज्ञान नाही; धर्म म्हणजे केवळ

काही प्रार्थना, काही उपासनापद्धती, काही परंपरा नाहीत. धर्म म्हणजे जीवन जगण्याचे सर्वमान्य मार्ग देण्याचा प्रयत्न. या सदराचे आणि पुस्तकाचे नाव 'निवडक रमज़ान परिचय' असले तरी हा प्रयत्न होता सार्वभौम, सार्वकालिक, सार्वत्रिक इस्लामी जीवनशैलीचा परिचय सर्वांना करून देण्याचा.

तुम्ही एका धर्माचे खरे अभ्यासक, खरे उपासक असाल तर तुमच्यासाठी कुठलाही धर्म उच्च आणि कुठलाही धर्म कनिष्ठ नसतो. अंतिम सत्यापर्यंत पोहोचण्याचा प्रयत्न धर्म करत असतो. प्रत्येक प्राणिमात्राच्या हिताची, मूल्याधिष्ठित जीवन जगण्याची आदर्श पद्धती दाखवण्याचा प्रयत्न प्रत्येक धर्म करत असतो. इस्लामही तेच सांगतो. हे जितके इस्लामधर्मीयांनी समजून घेण्याची गरज आहे, तितकेच इतर धर्मीयांनीही समजून घ्यायला हवे. भारतीय संस्कृतीचेच काय, कुठल्याही देशाच्या संस्कृतीचे सर्वांगीण आकलन आपल्याला हवे असेल तर आपल्याला इस्लामचे, इस्लामधर्मीयांचे त्यातील योगदान विसरून चालणार नाही. तसेच इस्लामच्या अनुयायांनीही हे विसरून चालणार नाही की हजरत पैगंबरसाहेब (स.) आणि त्यांच्या सिहाबींनी नेहमीच अखिल मानवजातीच्या कल्याणाची चिंता वाहिली. ही जबाबदारी सच्च्या मुस्लिमावर जास्त दिली. सर्वांनीच आपली ही जबाबदरी जाणून वागायचे ठरवले तर अखिल मानवजातीचे कल्याण दूर राहील काय?

सकाळ दैनिकामधे २०१० पासून 'रमज़ान परिचय' या सदरातून लेखन करत असताना संपादकीय विभागातील मल्हार अरणकल्ले, सुनील माळी आणि त्यांचे सहकारी यांनी केलेल्या मदतीबद्दल त्यांचे मनापासून आभार. त्यांच्या सहकार्याशिवाय हे लेखन पूर्ण होऊ शकले नसते. *सकाळ* वृत्तपत्रामार्फत महाराष्ट्रभरात, तसेच 'ई-सकाळ'मुळे देशात आणि देशाबाहेर जगाच्या कानाकोपऱ्यात मराठी वाचकांपर्यंत हे सदर पोहोचले. सकाळ माध्यम समूहामुळेच हे लेखन सर्वदूर पोहोचणे शक्य झाले. आणि आता पुस्तकरूपातही ते अनेकांच्या संग्रही राहील, वाचनात येईल, हजारोंना मार्गदर्शन करेल याची खात्री वाटते. इतक्या वर्षांच्या सदरलेखनातून १०० लेखांची निवड करून देखण्या स्वरूपात पुस्तकनिर्मिती करणाऱ्या सकाळ पुस्तक प्रकाशन विभागाचेही मनापासून आभार.

पुस्तकाबाबत काही शंका-समाधानासाठी मी सदैव आपल्या सेवेत उपस्थित आहे. पुस्तकात नजरचुकीने काही कमतरता राहण्याची शक्यता नाकारता येत नाही. आपल्या सुयोग्य मार्गदर्शनाचा आदर ठेवला जाईल. संबंधित चूक पुढील आवृत्तीपूर्वी दूर करण्याचीही मी ग्वाही देतो.

अनीस चिश्ती

पुणे : २५-६-२०१५

७ रमज़ानुल मुबारक १४३६ हिजरी

अनुक्रमणिका

- उपवास आणि उपासना / ११
- मानवी हिताच्या तिथी महान / १२
- चंद्रदर्शन आणि ज्योतिषविद्या! / १४
- उपवास सक्तीचे, पण कुणाकरिता? / १६
- मोक्षप्राप्तीचा महिना! / १८
- आरोग्य टिकवण्याचा मार्ग / २०
- उपवास फक्त डायटिंग नव्हे! / २१
- कफ़्फ़ारा आणि फ़िदिया? / २३
- ऋतुचक्र आणि उपवास! / २४
- प्रगतीचे चार मूलमंत्र! / २६
- एकाग्रता म्हणजे काय? / २८
- कुरआनची सुसंगतता / २९
- सत्याग्रही : अल्लाहच्या दरबारी / ३१
- फ़ितरा : ईदची पूर्वतयारी! / ३२
- ईदच्या निमित्ताने! / ३३
- रमज़ानचे स्वागत का व कसे? / ३४
- लहानग्यांचे उपवास / ३५
- उपासनेचा अतिरेक! / ३६
- महिला आणि नमाज़ / ३७
- अवाजवी जागरण टाळावे / ३८
- वडीलधाऱ्या माणसांच्या चुका! / ३९
- दुय्यम दर्जाचा नागरिक कोण? / ४०
- तरावीहची नमाज़ / ४१
- तरावीहच्या २० रकअती / ४२
- महिलांची तरावीहची नमाज़ / ४३

* तणावापासून मुक्तीचा महिना! / ४४
* आध्यात्मिकतेकडे पहिले पाऊल! / ४५
* ईश्वराला काहीच नको आहे! / ४६
* अत्यंत शुभ रजनी / ४७
* 'शबे क़द्र'मधील उपासना / ४८
* नवीन पिढीने पुढाकार घ्यावा! / ४९
* तरुणींनी पुढे यावे! / ५०
* ईदचे सामाजीकरण झाले पाहिजे! / ५१
* संपूर्ण मानवजातीचा प्रतिनिधी / ५२
* ईदुल-फ़ित्र : उपवासाची सांगता / ५३
* विश्वासाचा भक्कम पाया! / ५४
* विश्वास आणि श्रद्धा! / ५६
* प्रथम क्रमांकाची उपासना / ५८
* मुलांना शैक्षणिक दारिद्र्यरेषेखालून काढा / ६०
* महासत्ता का कोसळल्या? / ६२
* 'वहदत'च्या संकल्पनेची जोपासना / ६४
* पृथ्वीतलावर अद्वैतवादाचे केंद्रबिंदू! / ६६
* रमज़ान महिन्यातील उमरा! / ६८
* कअबागृहाचा इतिहास / ७०
* ममतेचा पाझर / ७२
* ज़मज़मचे पाणी : एक नैसर्गिक आश्चर्य! / ७४
* हृदयस्पर्शी दुआ! / ७६
* कअबागृहाची संक्षिप्त माहिती! / ७८
* किल्लीचे हस्तांतर! / ८०
* पवित्र वास्तूचे संक्षिप्त वर्णन / ८२

- कअबागृहाचे अंतरंग / ८४
- मानवांपर्यंत पवित्र कुरआन कसे पोहोचले? / ८६
- पवित्र ग्रंथांचे संकलन / ८८
- पवित्र कुरआनची सत्त्वपरीक्षा / ९०
- श्रीमंत व्हायचे असेल तर..! / ९२
- रमज़ान महिन्यातील संसारत्याग / ९४
- रमज़ान, अद्‌ल आणि एहसान / ९६
- अतिरेकापासून मुक्ती / ९८
- रमज़ान ईदचे पावित्र्य / १००
- जनसामान्यांसंबंधी साक्षीदार समाज! / १०२
- लेनची शिस्त पाळा / १०४
- घेणाऱ्यापेक्षा देणारा श्रेष्ठ! / १०६
- एक आर्थिक उपासना आणि मानवी समाज / १०८
- स्त्री स्वायत्तता आणि इस्लाम! / ११०
- रमज़ान आणि आयटी / ११२
- एक आगळावेगळा धर्मग्रंथ / ११४
- वचनबद्धता आणि इस्लाम! / ११६
- पैगंबरसाहेबांच्या युगातील महिला / ११८
- स्त्री-पुरुष समानतेच्या युगात...! / १२०
- पवित्र कुरआनचा वर्षदिन / १२२
- सर्व मानवजातीसाठीचा ग्रंथ / १२४
- इस्लामच्या गर्भगाभाऱ्यात आहे तरी काय? / १२६
- एक अमूल्य वरदान! / १२८
- सभ्यतेची पहिली भेट / १३०
- धर्म आणि गुणधर्म / १३२

❋ उत्तर तुमच्या हातात / १३४
❋ हर्ष व आनंद / १३६
❋ मलिनतेपासून पावित्र्याकडे / १३८
❋ अपनी पेटी बांधे रखिये... / १४०
❋ पाण्याविना शुचिर्भूतता / १४२
❋ रमज़ान म्हणजे विनम्रपणाचे प्रशिक्षण / १४४
❋ उपासनेतून सामाजिक शांततेचा मार्ग / १४६
❋ उपासनेचा अर्क म्हणजे 'दुआ' / १४८
❋ 'दुआ' रद्द होते का? / १५०
❋ रमज़ानमध्येच हज्जची तयारी / १५२
❋ उपवासाच्या वेळापत्रकाचे महत्त्व / १५४
❋ नागरिकांना शांती हवी / १५६
❋ शांतता प्रस्थापित करण्यासाठी... / १५८
❋ समस्त मानवजातीला जीवन प्रदान / १६०
❋ 'कशासाठी? पोटासाठी...!' / १६२
❋ वाईट मार्गाने मिळवलेल्या संपत्तीचे अवगुण / १६४
❋ आहे क्षण-क्षण महत्त्वाचा! / १६६
❋ कुरआनमध्ये उल्लेखित तीन शुभ रजनी / १६८
❋ रमज़ानच्या पवित्र महिन्यास निरोप / १७०
❋ उपवासातील आधुनिक समस्यांचे निराकरण / १७२
❋ उपवासातील काही प्रश्न / १७४
❋ महिना एक : उपासना अनेक / १७६
❋ रमज़ान : रब्बचे इनाम शोधण्याचा महिना / १७८
❋ शून्य गुंतवणूक : लाभ मात्र अफाट / १८०
❋ जागतिक सहिष्णुता वाढावी म्हणून... / १८२

उपवास आणि उपासना

प्रकाशन दिनांक : १३-८-२०१०

अनेक लोकांचा असा गैरसमज आहे की, उपवास (रोज़ा) फक्त इस्लाम धर्मातीलच एक उपासना आहे आणि ते उपवास फार कडक असतात. उपवास थोडाफार कडक असणे हे स्वाभाविकच आहे. कारण, कुठले प्रशिक्षण शिबिर मवाळ असते. शिबिर म्हणजे दैनंदिन जीवनापासून थोडे पलीकडे जाऊन काही तरी नवीन शिकायचे. रमज़ानचे उपवासपर्व म्हणजे महिन्याचे तीस दिवस सतत चालणारे एक प्रशिक्षण शिबिरच होय. त्याचा कडकपणा एवढाच की, प्रातःकाळापासून सूर्यास्त होईपर्यंत अन्नाचा एक कण किंवा पाण्याचा एक थेंबसुद्धा घशाखाली जाऊ देता कामा नये. आपण आजारी असाल, प्रवासात असाल, आजारामुळे झेपत नसेल किंवा वैद्याने मनाई केली असेल तर उपवास धरू नका. प्रवासावरून सुखरूपपणे घरी परत याल तेव्हा सुटलेले उपवास पूर्ण करा, त्यांची अदायगी (पूर्तता) करा. इस्लाम धर्मातील उपवास मानवी सहनशक्ती आणि त्याच्या मर्यादांना समोर ठेवून अनिवार्य करण्यात आलेले आहेत. ज्ञात इतिहासावरून असे दिसून येते की, प्रत्येक प्राचीन धर्मात आणि समाजात वर्षभरातून केव्हा ना केव्हा तरी उपवास राखण्याची पद्धत अमलात होती. त्याचे उत्तम उदाहरण म्हणजे पवित्र कुरआनातील हे श्लोक :

'हे ईमानधारकांनो! विहित केले तुमच्यावर उपवास जसे विहित केले होते तुमच्या पूर्वजांवर. जेणेकरून तुम्ही धर्मपरायण व्हाल.' (अल्‌बक़रा :२:१८३) ('उपवास तुमच्यावर काही नव्याने विहित करण्यात आलेले नाहीत.')

प्रत्येक धर्मात उपवास कुठल्या न कुठल्या प्रकाराने राखण्यात येतात. उपवासधारणा ही एकमेव अशी उपासना आहे ज्यात सर्वधर्मसमभाव उत्तम पद्धतीने साकार होताना दिसतो. प्रत्येक धर्मात आणि समाजात उपवास राखण्याच्या पद्धतीत थोडेफार अंतर असेल; परंतु गाभा एकच की ईश्वराच्या प्रसन्नताप्राप्तीकरिता उपाशीपोटी राहणे. भर उन्हात तहान सहन करणे, पाणी आणि सरबताचे ग्लास समोर असताना त्यांच्याकडे ढुंकूनसुद्धा न पाहता मन विचलित होऊ न देणे, अल्लाह आपणास दिसत नसला तरी सतत त्याचे भय बाळगणे आणि तो जाणणारा, ऐकणारा आणि पाहणारा आहे, या बाबींवर विश्वास ठेवणे हाच धर्मपरायण बनण्यामागचा हेतू आहे. हा हेतू फक्त इस्लाममध्ये नाही तर सर्वच जातिधर्मांत आहे.

मानवी हिताच्या तिथी महान!

प्रकाशन दिनांक : १४-८-२०१०

रमज़ान हा इस्लामी हिजरी पंचांगातील नववा महिना! इस्लामी शरीअतच्या दृष्टीने सर्व दिवस आणि महिने समान असले तरी काही दिवसांना आणि महिन्यांना, त्या दिवसात केल्या जाणाऱ्या कामांमुळे किंवा सुचवण्यात आलेल्या महान उपासनांमुळे महत्त्व प्राप्त झाले आहे. या उपासना मानवहिताच्या असतात; मानवी समाजात परिवर्तन अथवा सुधार घडवून आणण्याच्या दृष्टीने महत्त्वाच्या असतात, म्हणून हे दिवस पवित्र आणि महान मानले जातात.

इस्लामी शरीअतमध्ये शुक्रवारच्या दिवसाला खूप महत्त्व आहे. त्याचे कारण या दिवशी मुस्लिम बांधव शास्त्रशुद्ध पद्धतीने शुचिर्भूत होतात, स्नान करतात, स्वच्छ कपडे परिधान करतात. दैनंदिन कामातून वेळ काढून नमाज़ पढण्यासाठी मशिदीत जातात. मशिदीत जाता-येता गोरगरिबांना दान करतात; त्यांना पोटभर जेवण वाढतात. मशिदीत दिले जाणारे प्रवचन ऐकतात, एकमेकांना भेटतात. एरवीपेक्षा जादा नमाज़ पढतात. हे सर्वकाही केल्याने समाजात एका प्रकारचे आध्यात्मिक आणि आल्हाददायक वातावरण निर्माण होते आणि पुढच्या दिवसापासून माणूस एक प्रकारच्या नवीन जोमाने कामाला लागतो. हे वर्तन देश आणि समाजाच्या हिताचे ठरते. म्हणूनच शुक्रवारला महत्त्व आणि पावित्र्य लाभले आहे. जोपर्यंत उपासनांचे आध्यात्मिक व वैचारिक सामाजीकरण होत नाही तोपर्यंत उपासना फक्त एक निर्जीव विधी बनून राहतील आणि मानवी समुदायाला त्यांचा फारसा फायदा मिळू शकणार नाही.

आठवड्यातील एका दिवसाचे इतके महत्त्व आहे, तर रमज़ानसारख्या पवित्र महिन्याचे किती महत्त्व असेल! आपणास आश्चर्य वाटेल, की पैगंबर हज़रत मुहम्मद सल्लल्लाहू अलैहिवसल्लम रमज़ानच्या स्वागताची तयारी दोन महिने आधीपासून म्हणजे रजब आणि शअबानपासून करत असत. या दोन महिन्यांत त्यांच्या दैनंदिन जीवनात एकदम बदल दिसून यायचा. ते अधिक वेळ नमाज़ पढण्यात आणि अल्लाहचरणी प्रार्थनेत मग्न राहायचे. रजब आणि शअबानच्या महिन्यापासूनच उपवास ठेवायला प्रारंभ करायचे.

एकदा शअबानच्या अंतिम तारखांत त्यांनी लोकांसमोर एक प्रवचन दिले आणि त्यात ते म्हणाले, ‘‘लोकहो! तुमच्यासाठी एक अत्यंत महान असा महिना नियोजित करण्यात

आला आहे. हा महिना अत्यंत पवित्र आणि लाभप्रद असा व्हावा. या महिन्यात येणारी एक रात्र अशी आहे, जी हजार महिन्यांपेक्षा जास्त श्रेष्ठ व लाभप्रद आहे. (तो महिना आहे रमज़ानचा आणि ती रात्री आहे 'शबे क़द्र'ची.) अल्लाहने या महिन्यात उपवास (रोज़े) अनिवार्य केले आहेत. हा महिना आहे सबुरी आणि सहनशीलतेचा. हा महिना आहे एकमेकांबरोबर सहानुभूती दर्शवण्याचा. या महिन्यात इमानधारकाच्या उपजीविकेत वाढ करण्यात येते. सबुरी आणि मर्यादा पाळणाऱ्याचा मोबदला 'स्वर्ग' आहे.''

अरबी भाषेत 'रोज़ा'करिता 'सौम' हा शब्द योजिला जातो. त्याचा शाब्दिक अर्थ आहे 'थांबणे' आणि विशेषतः खाण्यापिण्यापासून वंचित राहणे, असा होय. धर्मकायद्यामध्ये प्रातःकाळापासून सूर्यास्त होईपर्यंत खाणेपिणे आणि शरीरसंबंधांपासून वंचित राहणे आणि तशी निय्यत करण्याचे नाव 'सौम' आहे. यालाच भारत, पाकिस्तान, बांगला देश आणि इराणमध्ये 'रोज़ा' असे नाव देण्यात आले आहे. नमाज़ आणि रोज़ा हे शब्द पर्शियन भाषेच्या प्रभावामुळे या भागात वापरले जात आहेत.

चंद्रदर्शन आणि ज्योतिषविद्या!

प्रकाशन दिनांक : १७-८-२०१०

हिजरी कॅलेंडरचा सातवा महिना म्हणजे 'रजबुल मुरज्जब' आला की पैगंबरसाहेब उपवासाची सुरुवात करायचे. रजबनंतर शअबानचा महिनादेखील ते उपवास ठेवत असत. दरवर्षी पैगंबरसाहेबांचे हे दोन महिने आधीच सातत्याने उपवास करणे पाहून लोकही त्यांचे अनुकरण करायचे. काही काळाने पैगंबरसाहेबांच्या असे लक्षात आले की, हे तीन महिने मी सातत्याने उपवास करत राहिलो तर लोकांना कदाचित असे वाटेल की उपवास तीनही महिने सक्तीचे (फर्ज) करण्यात आले आहेत. म्हणून पैगंबरसाहेब रजब आणि शअबानच्या या दोन महिन्यांमध्ये अनेक दिवस अधूनमधून उपवास टाळायचे.

रमज़ानच्या स्वागताकरिता पैगंबरसाहेबांचे असेही आदेश आहेत, "रमज़ानच्या चंद्रदर्शनाकरिता आदल्या महिन्याच्या- म्हणजे शअबानच्या तारखांवर विशेष लक्ष द्या." याचा अर्थ असा की, शअबान महिन्याच्या २९ तारखेला रमज़ानचा चंद्र पाहण्याचा प्रयत्न करा. पैगंबरसाहेब रमज़ानचे चंद्रदर्शन घडताच उपवासास प्रारंभ करत असत. चंद्रदर्शन घडले नसेल तर शअबानचे ३० दिवस पूर्ण करून उपवास सुरू करायचे. पैगंबरसाहेबांचे एक सोबती (सिहाबी) फर्मावतात, 'पैगंबरसाहेबांनी फर्मावले की, चंद्र पाहून रोज़े राखा आणि चंद्र पाहून रोज़े सोडा.' म्हणजे ईद साजरी करा. शअबानच्या २९ तारखेला चंद्रदर्शन घडले नसेल तर शअबानचे ३० दिवस पूर्ण करा.

रमज़ानचा चंद्र केवळ एकाच व्यक्तीने (स्त्री किंवा पुरुष) पाहिला असेल, आणि ती व्यक्ती सर्वमान्य अथवा न्यायनिष्ठ असेल तर तिचे कर्तव्य आहे की तिने शहरकाजी किंवा शासक किंवा हिलाल कमेटीसमोर येऊन आपली साक्ष द्यावी. रमज़ानच्या चंद्रदर्शनाची साक्ष एका व्यक्तीने दिलेली पुरेशी आहे; परंतु बक़रईद (ईदुल-अज़्हा)करिता किमान दोन व्यक्तींची साक्ष आवश्यक आहे. ज्या लोकवस्तीत हिलाल कमेटी, अथवा काजी वगैरेसारखे प्रबंध नसतील, अशा ठिकाणी चंद्रदर्शन घडलेल्या व्यक्तीचे कर्तव्य आहे की तिने त्या वस्तीच्या जामा मशिदीत जाऊन रमज़ानचे चंद्रदर्शन घडल्याची घोषणा करावी, जेणेकरून इतर मुस्लिम बांधव रमज़ानच्या उपवासांचा प्रारंभ करतील. आजच्या युगात टीव्ही, मोबाईल आणि फोन इत्यादींमुळे अशा बातम्यांचे प्रसारण सोपे झाले आहे.

चंद्रदर्शन करते वेळी पैगंबरसाहेब अल्लाहचरणी जी दुआ (प्रार्थना) करायचे त्याचा

अनुवाद असा :

'हे अल्लाह! या चंद्राला आमच्यावर शुभ (मुबारक) होण्याच्या स्थितीत आणि ईमानासहित निघालेला राहू दे! याला शांती व इस्लामचे (प्रतीक) म्हणून राहू दे! हे चंद्रा, याद राख, तुझा आणि माझा पालनकर्ता एकमेव अल्लाहच आहे!'

उपवास सक्तीचे, पण कुणाकरिता?

प्रकाशन दिनांक : १८-८-२०१०

तात्त्विकदृष्ट्या आपण मुसलमान असला तरी आचरण आणि कृतीमध्येही आपण मुसलमान असले पाहिजे, म्हणून इस्लामच्या प्रत्येक अनुयायावर पाच प्रार्थनापद्धती सक्तीच्या करण्यात आल्या आहेत, त्या अशा : (१) कलमा (२) नमाज़ (३) रोज़ा (४) ज़कात (५) हज्ज. या उपासना इस्लामी जीवनाचे आधारस्तंभ आहेत. यांपैकी एकाचाही इन्कार करणारा किंवा त्यांपासून गफलत करणारा 'मुस्लिम' म्हणून लेखला जाणार नाही. अशा व्यक्तीची विचारधारणा इस्लामी असली तरी त्या व्यक्तीच्या वागणुकीमुळे त्या व्यक्तीचा धर्म संपुष्टात येईल आणि ती मुसलमान राहणार नाही. रोज़ादेखील या पाच उपासनांपैकी एक आहे. रमज़ानच्या महिन्याचे उपवास करणे प्रत्येक मुस्लिम व्यक्तीला अनिवार्य आहे.

रमज़ानचे उपवास प्रत्येक प्रौढ, सुजाण आणि मुक्त (स्वाधीन- गुलाम नसलेला) व्यक्तीवर फर्ज (सक्तीचे) करण्यात आले आहेत. पवित्र कुरआनात एके ठिकाणी आदेशपूर्वक म्हणण्यात आले आहे, 'तुम्हांपैकी जो कुणी या महिन्याला पावेल त्यावर अनिवार्य आहे, की त्याने (महिनाभराचे) उपवास धारण करावेत' (अल्‌बक़र : २:१८३)

उपवास आपल्याला धर्मपरायण बनायची संधी मिळवून देतात. धर्मपरायण असणे म्हणजे ईश्वराचे भय बाळगणे. याकरिता पवित्र कुरआनमध्ये 'तक्वा' हा शब्द वापरण्यात आला आहे. कुरआनात जेव्हा 'तक्वा' ही संज्ञा अवतरली तेव्हा अनेकांकरिता ती नवीन होती.

एकदा हज़रत उमर बिनलखत्ताब, जे नंतर इस्लामचे दुसरे ख़लिफ़ा झाले, त्यांनी हज़रत उबै-बिन कअब नावाच्या एका साथीदाराला विचारले, ''तक्वा म्हणजे काय?'' कअब उत्तरले, ''कधी तुम्हाला काटेरी जंगलातून मार्गस्थ होण्याचा अनुभव आला आहे काय?'' उमर म्हणाले, ''होय!'' कअबने त्यांना विचारले, ''तुम्ही अशा मार्गातून कसे बाहेर पडलात?'' उमर म्हणाले, ''कपडे फाटण्याच्या आणि काटेरी झुडपात अडकून पडण्याच्या भीतीने मी माझे कपडे सावरत अत्यंत सावधगिरीने बाहेर पडलो!'' कअब म्हणाले, ''याचेच नाव 'तक्वा' आहे.''

प्रत्येक प्रौढ, सुजाण आणि स्वाधीन मुसलमानांवर उपवास 'फर्ज' (अनिवार्य) असले तरी काही लोकांना कायमची व काहींना तात्पुरती सवलत देण्यात आली आहे. प्रवासी,

आजारी, स्तनपान करणारी महिला, गर्भवती तसेच वयोवृद्ध व्यक्तींना उपवास न राखण्याची सवलत देण्यात आली आहे.

पैगंबरसाहेबांचे एक अत्यंत निकटचे सोबती हज़रत अबूहुरैहरा फर्मावतात, "पैगंबरसाहेबांनी फर्मावले की, जो कुणी प्रवास आणि आजारासारख्या उचित सबब आणि उपवास सोडण्याच्या परवानगीविना रमज़ानचा एकही उपवास सोडेल आणि तद्नंतर आयुष्यभर उपवास करत राहिला तरी त्याला ते पुण्य लाभणार नाही जे रमज़ानच्या महिन्यात लाभले असते!" उचित प्रसंगी उचित कार्य न केल्यामुळे आपल्याला दैनंदिन जीवनातही जो त्रास भोगावा लागतो, त्याची अनेक उदाहरणे आपणासमोर असतीलच.

मोक्षप्राप्तीचा महिना

प्रकाशन दिनांक : १९-८-२०१०

आपण आयुष्यभर (फुलटाईम) पोटासाठी आणि थोडा वेळ (पार्टटाईम) मोक्षप्राप्तीसाठी झटत असतो; परंतु हमी कशाचीच नाही. न्यायनिवाड्याच्या दिवशी आपल्या पापांचे गाठोडे पाठीशी धरून नरकाच्या अग्निकुंडातून मुक्ती आणि सुटका मिळवणे इतके साधेसोपे नाही. अल्लाहच्या आदेशांचे आयुष्यभर काटेकोरपणे पालन करावे लागते. त्यात काही कमतरता राहिलेली आहे असे भासल्यास जगाचा निरोप घेण्यापूर्वी जादा उपासना, दानधर्म आणि मानवतेची सेवी करावी लागते. पवित्र कुरआनात चक्क म्हटले गेले आहे, 'वल् अस्त्र. इन्नल इन्सान लफी खुस्त्र.'(अलअस्त्र : १०३:१-२).

अनुवाद : 'काळाची शपथ, मानव वस्तुतः तोट्यात आहे.'

ईश्वरासमोर जाणे सोपे नाही. परंतु ईश्वर आपल्या निर्मितीवर ७० मातांपेक्षा अधिक प्रेम करतो, म्हणून तो माणसाला वाया जाऊ देणार नाही. तो क्षमाशील आणि दयावंत आहे. म्हणून त्याने माणसाच्या इहलोकात आणि परलोकात कल्याण करण्याकरिता अनेक उपाय योजिले आहेत. त्यापैकी एक साधन म्हणजे रमज़ानचा महिना आहे. पैगंबरसाहेबांच्या म्हणण्यानुसार, 'उपवासात कुठलेही पाखंड किंवा अवडंबर नाही'. यावरून असे सांगता येईल, की रोज़ा पूर्णतः अल्लाहच्या प्रसन्नताप्राप्तीकरिता ठेवला जातो. अल्लाह रोज़ासंदर्भात आश्वासन देतो, 'अस्सौम ली' म्हणजे 'रोज़ा फक्त माझ्याकरिता आहे, आणि मी स्वतः आपल्या हाताने उपवासधारकाला त्याचा मोबदला देईन.'

रमज़ान महिना इतका लाभवंत आहे, की त्याची जितकी कदर केली जाईल, तितकी कमी. पैगंबरसाहेबांच्या एका वचनात म्हटले आहे, की 'रमज़ानचा एक महिना दोन रमज़ानच्या मधल्या महिन्यात घडलेल्या पापांचे प्रायश्चित करून टाकणारा आहे.' आणखी एके ठिकाणी म्हटले आहे, 'ज्या माणसाला रमज़ानचा महिना लाभला आणि ज्याने आपल्या लहानमोठ्या पापांची क्षमायाचना करून घेतली नाही, त्यासारखा दुर्दैवी माणूस नाही.'

इस्लामी शरीअतमध्ये पापांचे दोन प्रकार आहेत : एक 'सग़ीरा' (लहान), दुसरे 'कबीरा' (मोठे). मोठ्या आणि अक्षम्य पापांपासून माणूस दूर राहिला तर सग़ीरा गुन्हे अल्लाह आपल्या दयेने आणि कृपेने स्वतःच माफ करून टाकतो. परंतु आज आपण समाजात पाहतो, लोक उघडउघड अक्षम्य पाप करतात. ते करताना त्यांना थोडीही लाज-

शरम वाटत नाही. काही वेळा प्रसारमाध्यमांतूनही व्यभिचाराला प्रतिष्ठा दिली जाताना दिसते. इस्लामचे तिसरे खलिफ़ा हज़रत अली म्हणतात, ज़िनाचे (व्यभिचार/परस्त्रीगमन) आधिक्य रिज्कमध्ये (उदरनिर्वाहात) कमतरता आणते. एखादा गुन्हा चुकून एखाद्या दिवशी घडत असेल तर अल्लाह त्याला माफ करू शकतो, परंतु संपूर्ण समाजच त्यात गुंतला असेल आणि त्याला पाठिंबा देत असेल तर ईश्वराचा कोप समाजावर होणे साहजिकच आहे.

म्हणून अनेक ग्रंथांतून असे सुचवण्यात आले आहे, की रमज़ानचा महिना मानवी समाजाचा वसंतऋतू आहे. एका पुण्याचा लाभ सत्तरपटीत दिला जातो, म्हणून शक्य होईल तितका वेळ आपल्या पापांच्या क्षमायाचनेत व्यतीत करावा.

आरोग्य टिकवायचा मार्ग

प्रकाशन दिनांक : २०-८-२०१०

आपण अफाट खातो. पीर-फकीर, संत-महात्मे दिवसातून एखाद वेळा अल्पोपाहार घेतात. पैगंबरसाहेबांच्या घरात महिनामहिना चूल पेटत नसे. त्यांनी कधीही दिवसातून दोन वेळा पोटभरून जेवण घेतले नाही. त्यांचे सिहाबीसुद्धा (सोबतीसुद्धा) अत्यंत कमी जेवायचे.

दिल्लीचे हज़रत निजामुद्दीन औलिया वर्षभरातील पाच दिवस वगळता, सतत उपवास राखायचे; परंतु त्यांच्या पंक्तीत राजे-महाराजे, राजदूत, सरदार बसून नाना प्रकारचे पक्वान्न सेवन करायचे. एकदा एका अतिथीने हज़रतबरोबर जेवायचा आग्रह धरला. सेवकांनी खूप समजावले, हज़रत उपवास करतात. त्यांना संध्याकाळ होईल, तुम्ही जेवण करून घ्या. परंतु, तो ऐकेना. सूर्य मावळला, हज़रत उपवास सोडून जेवायला बसले. पाहुण्याला बोलावण्यात आले. त्याला आश्चर्याचा धक्का बसला. पाहतात तर काय, हज़रतांच्या थाळीत जवाची शिळी भाकर आणि जंगलातून वेचून आणलेल्या कडू पाल्याची भाजी. पाहुण्याच्या घशाखाली एकही घास उतरेनासा झाला. हज़रत म्हणाले, ''माझे रोजचे हेच जेवण. चविष्ट पदार्थ पोटभर जेवलो तर गाढ झोप लागेल. मग रात्रभर जागरण करून अल्लाहचे नामस्मरण कसे शक्य होईल?''

जेवल्यामुळे शरीरात रक्तपेशी व मांसपेशी तयार होतात. त्यामुळे आपले शरीर वाढते. आपल्या हालचालींमुळे या पेशी आणि त्यांचे फाजील द्रव्य शरीरात विरघळून जातात. मात्र, त्यांचा बराचसा भाग शरीरात साचून राहतो, त्यामुळे स्वादुपिंड, हृदय, स्नायू, मज्जातंतू, मेंदू, मूत्रपिंड इत्यादींवर सतत दाब पडत असल्यामुळे लठ्ठपणा, हृदयविकार, मधुमेह इत्यादी रोग मागे लागतात. शरीरातील ही फालतू द्रव्ये बाहेर खेचून काढण्याचा एकमेव सोपा मार्ग म्हणजे उपवासपद्धती. उपवासामुळे शरीरातील पचनक्रियेला विश्रांती मिळते; परिणामी इतर ग्रंथी कामाला लागतात. त्यांच्यातून निघणाऱ्या स्रावामुळे इतर अवयवांना चेतना मिळते आणि ते ताजेतवाने होतात. ज्या माणसाने हे रहस्य जाणून घेतले, त्याचे तारुण्य चिरकालीन टिकते. परंतु अट एकच आहे, उपवास कडकडीत ठेवावा. उपवास केवळ तारुण्य आणि आरोग्यप्राप्तीसाठी करू नयेत. त्यात ईश्वरी आज्ञा पाळण्याची निय्यत असावी.

उपवास फक्त डाएटिंग नव्हे!

प्रकाशन दिनांक : २१-८-२०१०

उपवासाच्या मान्यतेकरिता सर्वप्रथम जी अट आहे ती 'ईमान'ची आहे. ईमान धारण करणे जितके सोपे, तितकेच अवघडही आहे. ईमान आणि इस्लामची व्याख्या खूप व्यापक असली तरी हे समजून घेण्याकरिता एकच ओळ पुरेशी आहे. ती म्हणजे 'लाइलाहा-इल्लल्लाहु मुहम्मदुर रसूलुल्लाह!'

वर नमूद केलेल्या ओळीला 'कलिमए तैयबा' म्हणजे 'पवित्र वाक्य' असे म्हणतात. हा इस्लामचा मूळ धर्ममंत्र आहे. यात अद्वैतवाद (तौहीद) आणि प्रेषितत्त्वची (रिसालतची) इस्लामी संकल्पना पूर्णतः अवतरली आहे. अद्वैतवाद किंवा एकेश्वरवाद फक्त इस्लाम धर्मालाच लागू आहे, अशातला भाग नाही. ही संकल्पना प्रत्येक धर्माचा मूलमंत्र आहे, यात दुमत नाही; परंतु त्या ईश्वराच्या ईशदूतांना, प्रेषितांना, स्वर्ग आणि नरकाला, निवाड्याच्या दिवसाला, मरणोत्तर जीवनाला, सर्व आकाशी पुस्तकांना मानणे इत्यादी सर्व गोष्टी प्रेषितांच्या माध्यमातून आपणास मिळाल्या. एवढेच नव्हे, तर संपूर्ण इस्लामी शरीअत (धर्मकायदे) प्रेषितांमार्फतच आपणापर्यंत पोहोचले या जाणिवेतून प्रेषित हज़रत मुहम्मद (स.) यांना मानणे व त्यांच्यावर संपूर्ण विश्वास ठेवणे यालाच 'ईमान' म्हणतात. उपवास धारण करताना मनात हे 'ईमान' बाळगणे जरुरीचे आहे. विश्वासाविना उपवास राखणे केवळ 'डाएटिंग' करण्यासारखे होईल, कारण ईमानच्या विश्लेषणात हेदेखील आहे, की अल्लाह सर्वकाही जाणणारा आणि पाहणारा आहे. तो तुमच्या मनातले भेद जाणतो.

रमज़ान महिन्यात एक प्रकारच्या आनंदमय व उल्हासदायक वातावरणामुळे सारे जग फुलून जाते. या महिन्यात सैतानाला कैद केले जाते, स्वर्गाची दारे उघडण्यात येतात व नरकाची दारे बंद करण्यात येतात. माणसाचा कल नेकीकडे असतो. प्रार्थनास्थळे उपासना करणाऱ्यांच्या येण्या-जाण्यामुळे भरून जातात. उपवासांचा मोबदला अल्लाह स्वहस्ते देणार असल्यामुळे लोकांच्या मनात एक हर्षोत्फुल्ल व सुरक्षिततेची भावना निर्माण होते. अशा वातावरणात उपवासधारक पुण्यप्राप्तीचे जितके प्रयत्न करेल तेवढे कमी.

आपली नोकरी व धंदा-व्यापार सांभाळून जादा वेळ काढून कुरआनपठण, जादा नमाज़ आणि ईश्वराचे नामस्मरण (वजीफ़ा) करणे आवश्यक आहे. अनेक जण रमज़ानचा उपवास धरण्याकरिता सुट्या काढतात. खरे तर तसे करण्याची गरज नाही. अगदीच नाईलाज

असेल किंवा काम कठीण असेल तर गोष्ट वेगळी; परंतु उपवासाकरिता सुट्टी काढणे आणि दिवसभर गप्पा, टीव्ही, क्रिकेट, कॅरम इत्यादी टाइमपाससारखी कामे करत बसणे या पवित्र महिन्याचा अवमान करण्यासारखे आहे.

त्यावर सोपा उपाय म्हणजे एक चांगल्या प्रवृत्तीचा धर्मनिष्ठ मित्र गाठायचा आणि त्याच्या सहवासात रमज़ानचा पवित्र महिना व्यतीत करायचा. जर मित्र भेटत नसेल, तर कुरआन आणि नमाज़सारखा दुसरा चांगला मित्र कोणीच नाही.

कफ़्फ़ारा आणि फ़िदिया?

प्रकाशन दिनांक : २३-८-२०१०

रमज़ान महिन्यातील उपवास कारण नसताना मोडणे फार मोठा गुन्हा आहे आणि त्याची भरपाई करणे आवश्यक आहे. ही भरपाई (दंडात्मक कारवाई) इस्लामी शरीअतमध्ये 'कफ़्फ़ारा' म्हणून संबोधली जाते. मोडलेला उपवास रमज़ाननंतर ठेवला जावा, परंतु त्या व्यतिरिक्त (१) एक गुलाम आजाद करण्यात यावा, किंवा (२) सतत ६० दिवसांचे रोज़े (उपवास) ठेवण्यात यावे, किंवा (३) ६० गरिबांना दोन वेळा पोटभर जेवण देण्यात यावे.

उपवास मोडणे म्हणजे जाणूनबुजून काही खाणे अगर पिणे व शरीरसंबंध ठेवणे हे होय.

काही प्रसंग असे येतात, ज्यात नाइलाजाने किंवा डॉक्टरांच्या सल्ल्याने उपवास सोडावा लागतो. याची परतफेड करण्याच्या विधीला 'फ़िदिया' असे म्हणतात. उपवास मोडला जाईल, हे माहीत असतानासुद्धा कानात, नाकात अगर घशात औषध टाकले तर त्याकरिता 'कफ़्फ़ारा' देणे आवश्यक आहे. परंतु, माहीत नसताना अगर नाइलाजाने असे करण्यात आले तर त्याकरिता 'फ़िदिया' देणे आवश्यक आहे. फ़िदिया अदा करताना एका दिवसाच्या उपवासाकरिता एका गरिबाला दोन वेळा पोटभर जेवण देणे जरुरीचे आहे. हे जमत नसेल तर आपण खात असलेले पावणे दोन किलो गहू दान करणे आवश्यक आहे. वयोवृद्ध व्यक्ती- ज्याला उपवास होत नसतील किंवा डॉक्टरांनी उपवास न करण्याची ताकीद दिली असेल- अशा व्यक्तींनी 'फ़िदिया' देणे आवश्यक आहे. मात्र, उपवास राखल्यामुळे प्राण जाण्याची भीती असेल तर अशा वयोवृद्ध व्यक्तीला वा आजारी व्यक्तीला 'फ़िदिया' देणेही आवश्यक नाही. कारण त्याच्यावर उपवास राखणे सक्तीचे नसते.

निधन पावलेल्या व्यक्तीवर उपवास बाकी असतील तर अशा व्यक्तीच्या उपवासांचा वारसदारांनी काटेकोरपणे हिशेब करून १ किलो ६९१ ग्रॅमप्रमाणे गहू किंवा त्याची किंमत गरिबांमध्ये दान करावी. रजःस्वला महिन्यातून ठरावीक दिवस उपवास ठेवू शकत नाही, परंतु नंतर तिने तेवढे उपवास आपल्या सवलतीने पूर्ण करावे. मात्र, तिच्यावर कफ़्फ़ारा अथवा फ़िदिया लागू नाही. जवळपास हेच आदेश गर्भवती, बाळंतीण व बाळाला स्तनपान देणाऱ्या महिलेला थोड्याफार फरकाने लागू आहेत. अधिक माहितीकरिता मोहोल्ल्यातील मशिदीत इमामसाहेबांकडे रुजू व्हावे.

ऋतुचक्र आणि उपवास!

प्रकाशन दिनांक : २४-८-२०१०

जिथं पाणी तिथं माणूस. पाण्यामुळे अनेक ठिकाणी जगात तीर्थस्थाने बनली आहेत. काही वेळा माणसांना अन्नापेक्षा पाण्याची जास्त आवश्यकता असते. वाळवंटात जिथं पाणी उपलब्ध असते, तिथं छोटेसे गाव अस्तित्वात येते. याला ओॲसिस किंवा रणद्वीप (नखलिस्तान) म्हणतात. जगातील सर्वात मोठे नखलिस्तान मदिना आहे. मक्केहून सुमारे ४२५ कि.मी. अंतरावर वसलेले पैगंबरसाहेबांच्या आगमनापूर्वीचे हे छोटेसे गाव, ज्याला त्या काळात यसरिब म्हणायचे, नंतर एक आंतरराष्ट्रीय कीर्तीच्या शहरात परावर्तित झाले. या शहरात पैगंबरसाहेबांचे आगमन आजपासून १४३१ वर्षांपूर्वी झाले. या घटनेला इस्लामी इतिहासात 'हिज्रत' म्हटले जाते. हिज्रत म्हणजे स्वदेश त्याग. मक्केतील कुरैशियांच्या छळाला कंटाळून, पैगंबरसाहेबांनी आपल्या एका स्नेह्याबरोबर आपल्या जन्मस्थानाला आणि मायदेशाला अलविदा केले; आणि मदिनेला येऊन कायमस्वरूपी स्थायिक झाले.

मदिना, वाळवंटाच्या मध्यभागी वसलेले शहर. हिरवळ आणि बाग सोडली की मदिनेतही सर्व ठिकाणी वाळूच वाळू. दिवस खूप उष्ण आणि रात्री गार वारा. रात्र आणि दिवसाच्या तापमानामध्ये साधारणतः ३० ते ४० अंश सेल्सिअसचा फरक. गहिऱ्या हिरव्या रंगाची पाने असलेल्या खजुरीच्या दाट बागा. पालेभाज्या, थोड्या प्रमाणात गहू, फळांनी लदलेल्या वृक्षवल्ली. म्हणायचे तात्पर्य एवढेच, की अशा उष्ण प्रदेशात सन दोन हिजरीमध्ये रमज़ानचे उपवास मुस्लिम बांधवांवर अनिवार्य करण्यात आले. मदिनेच्या हवामानाला प्रमाण मानले तर जगातील कमी उष्ण असलेल्या ठिकाणी रोज़े राखणे फार कठीण नाहीत.

इस्लामी पंचांग चांद्रमास आणि हिजरी सनावर आधारित आहे. याचा प्रारंभ इ.स. ६३८ मध्ये इस्लामचे दुसरे ख़लिफ़ा हज़रत उमरच्या शासन काळात करण्यात आला होता.

पैगंबरसाहेबांनी हिज्रत ८ सप्टेंबर इ.स. ६२२ मध्ये पत्करली होती आणि मदिनेत त्यांचे आगमन अंदाजे आठ दिवसांनंतर झाले. या काळापर्यंत आदेशपूर्वक रमज़ानचे उपवास केले जात नसत; परंतु उपवास करण्याचे प्रथम आदेश ३१ ऑक्टोबर ६२३ रोजी एका वह्यी (दिव्यबोध)द्वारे पैगंबरसाहेबांना प्राप्त झाले आणि त्या वर्षापासून रमज़ान महिन्यात उपवासाची परंपरा सुरू झाली.

हिजरी सन सूर्य अथवा मोसम आणि पिकांवर अवलंबून नसल्यामुळे त्यांचा कालचक्र दिवसातून २४ तास, वर्षातील १२ महिने आणि महिन्याच्या दिवसांची गणना बीजेची चंद्रकोर दिसल्यापासून अमावास्येपर्यंतचे म्हणजे ३० किंवा २९ दिवसांचे असू शकते. याचा अर्थ असा, की दिवसाच्या २४ तासांची मोजणी सूर्याच्या भ्रमणावरून तर तारखांची गणना चंद्रभ्रमण आणि त्याच्या घटत्या-वाढत्या आकारावरून केली जाते. हिजरी सन इसवी सनापेक्षा अंदाजे ११ दिवस लहान असल्यामुळे ३३ वर्षांनी एक वर्षाचे अंतर पडते आणि हिजरी सन सर्व हंगामातून सतत फिरत राहतो.

प्रगतीचे चार मूलमंत्र!

प्रकाशन दिनांक : २५-८-२०१०

प्रत्येक धर्मातील सर्व उपासना, आराधना आणि प्रार्थना या माणसाला माणूस बनवण्याचे लहानमोठे प्रयत्न आहेत. मानव एकदा खऱ्या अर्थाने माणूस बनला तर पृथ्वीवरचे सर्व प्रश्न आपोआप सुटतील. पैगंबरसाहेब आपल्या निधनाच्या काही काळ आधी म्हणाले की, ''लोकहो! मी तुमच्या दरम्यान दोन वस्तू सोडून जात आहे. या दोन वस्तूंना आपण धरून राहाल तर तुम्ही कधीही पथभ्रष्ट होणार नाही. एक आहे कुरआन आणि दुसरे आहे मी घालून दिलेले पायंडे व परंपरा.''

परंपरांना सर्वसाधारण भाषेत हदीस म्हणतात. म्हणजे पैगंबरसाहेबांनी जे काही उच्चारले आणि जी काही उक्ती व कृती केली या सर्वांचा समावेश पैगंबर वारसा किंवा परंपरेत होतो. पैगंबर हज़रत महम्मद (स.)च्या वचनांची संख्या लाखोंच्या वर आहे. या वचनांचे संकलन करणाऱ्यांची संख्यादेखील अगणित आहे; परंतु त्यातील पहिले सहा संकलक (मुहद्दिस) सर्वांत जास्त प्रमाणित आणि विश्वसनीय असे मानले गेले आहेत, ते खालीलप्रमाणे :

(१) इमाम बुखारी (२) इनाम मुस्लिम (३) इमाम अबू दाऊद (४) इमाम तिर्मिजी (५) इमाम नसई आणि (६) इमाम इब्ने माजा.

या सहाही मुहद्दिसीनचा कार्यकाळ हिजरी सन १९४ पासून ३०३ पर्यंतचा आहे. या सर्वांच्या नावापुढे इमामची पदवी किंवा किताब लावण्याची प्रथा आहे. ते आपल्या काळातील सर्वांत मोठे धर्माचार्य होते म्हणून त्यांना उत्स्फूर्तपणे हा किताब बहाल करण्यात आला होता. या सहा धर्माचार्यांपैकी इमाम अबू दाऊद यांनी पैगंबरांच्या लाखो वचनांमधून सर्वसामान्य माणसांकरिता फक्त चार वचने निवडली आहेत आणि फर्मावले, माणसाला आपला धर्म (मानवधर्म) पाळण्याकरिता फक्त या चार वचनांची अंमलबजावणी पुरेशी आहे, ती अशी :

१) तुमची सर्व कृत्ये तुमच्या निय्यतींवर अवलंबून आहेत.
२) माणसाच्या धर्माचे सौंदर्य (प्रगती व उन्नती) यात आहे, की त्याने निरर्थक गोष्टींपासून वंचित राहावे.
३) एक सच्चा श्रद्धावंत होण्याकरिता आवश्यक आहे, की इतरांकरितादेखील तेच सर्वकाही पसंत कर जे तू स्वतःकरिता पसंत करत असतो.

४) हलाल (विहित) आणि हराम (निषिद्ध) स्पष्ट आणि उघड आहेत; परंतु त्या अंतर्गत काही वस्तू संशयास्पद आणि संदिग्ध आहेत. जो कोणी या संशयास्पद वर्तनापासून दूर राहील तो आपले इमान-धर्म आणि इज्जत-सन्मान राखू शकेल.

रमज़ान महिन्यात माणसाचा कल नेकीकडे जास्त असतो. या महिन्याभरात फक्त या चार गोष्टींचा एक सराव म्हणून वारंवार वापर केलात तर निश्चितच आपल्या वर्तनात एक चांगला बदल घडून येईल. त्याची आपणाला आणि आपल्या निकटवर्तीयांनादेखील जाणीव होईल. महिना संपेपर्यंत याची आपल्याला सवय होऊन जाईल.

एकाग्रता म्हणजे काय?

प्रकाशन दिनांक : २६-८-२०१०

रमज़ान महिन्याचे विभाजन तीन 'अश्र्यां'मध्ये करण्यात येते. एक 'अश्रा' १० दिवसांचा असतो. पहिले १० दिवस 'रहमत' (दये)चे. दुसरा अश्रा 'मग़फ़िरत' (मोक्ष) प्राप्तीचा. आणि तिसरा अश्रा आहे नरकाच्या अग्नीपासून सुटकेचा.

रमज़ान महिना साजरा करण्यासाठी बरीचशी मानसिक सामग्री लागते. त्यात सर्वात महत्त्वाची मानसिकता आहे ईश्वरी आदेशांना काटेकोरपणे पाळण्याकरिता लागणारी एकाग्रता, एकनिष्ठता आणि प्रामाणिकपणा; ज्याला इंग्लिश भाषेत कॉन्सन्ट्रेशन, डिव्होशन आणि सिन्सिऑरिटी म्हणतात. याच मानसिकतेला अरबी किंवा उर्दू भाषेत 'इखलास' किंवा 'खुलूस' म्हणतात. जीवन जगणे इतके साधेसोपे नाही; मरणोत्तर जीवन तर खूपच कठीण आणि त्यातील प्रत्येक क्षण हजारो वर्षांपेक्षा अधिक काळ भासणारा असा आहे. पवित्र कुरआनात अल्लाहचे म्हणणे आहे की, 'माझा एक दिवस (तुमच्या पृथ्वीवरच्या) ५० हजार वर्षांइतका आहे.' म्हणजे तिथला एक मिनिट आपल्या ६० वर्षांइतका आहे. याचा अर्थ असा, इहलोकातील एक मिनिटाची प्रार्थना तेथील ६० वर्षांच्या प्रार्थनेइतकी होईल. आणि येथील एक मिनिटाची गफलत ईश्वराकडे ६० वर्षांच्या गफलतीइतकी होईल. हेच गणित पापी आणि अवज्ञा करणाऱ्या व्यक्तीकरिताही लागू आहे.

रमज़ान महिन्यातील एका पुण्याचा मोबदला ७० पटींनी दिला जातो. त्याचप्रमाणे एक पाप केल्याचा गुन्हाही त्याच हिशेबाने मोजला जातो. म्हणून 'एकाग्रता' केवळ नमाज़ आणि इतर उपासनांमध्येच लागू नाही, परंतु त्याचे औचित्य अल्लाहच्या प्रत्येक आदेशाचा सखोल अभ्यास व त्याच्या विविध आज्ञांचे आदरपूर्वक पालन करण्यात आहे. पवित्र कुरआनात आदेश देण्यात आला आहे की, 'आमनुदखुलूहु फिस्सिल्मे काफ़फ़ाह!' (हे श्रद्धावंतांनो! इस्लाममध्ये संपूर्णपणे दाखल व्हा.) म्हणजेच त्याच्या एकूण एक बारीकसारीक गोष्टींशी वचनबद्ध राहावे. इस्लामच्या प्रत्येक उपासनेमध्ये खूप तपशील आहे. जो मनुष्य त्या शिकण्याचा मानस करेल, त्याला शिकण्यासारखे खूप काही आहे. आपण जाणताच, की कुठलेही आधुनिक किंवा अपरिचित ज्ञान शिकण्याकरिता एकाग्रता हवीच. ही एकाग्रता बाहेरून कुठून मिळवता येत नाही. त्याकरिता स्वतःच कुवत प्रयत्न करावे लागतात.

कुरआनची सुसंगतता!

प्रकाशन दिनांक : १-९-२०१०

धर्मग्रंथ वाचल्याने एक प्रकारची शांती प्राप्त होते. धर्मग्रंथ एक असा पाठ्यक्रम आहे, ज्याची निर्मिती सर्व संसारच्या आणि मानवाच्या निर्मितीकर्त्याने केली आहे. मानवाकरिता कल्याणकारी साहित्य कोणते आहे, धर्मग्रंथ कसा असावा, त्याची व्याप्ती कशी असावी, त्याची कालमर्यादा किती, असे अनेक प्रश्न उद्‌भवतात. कुरआन या प्रश्नांचे समाधानपूर्वक उत्तर देतो.

पवित्र कुरआनच्या संदर्भात आदेश आहेत की, हा अंतिम प्रेषितांवर अवतीर्ण ग्रंथ आहे. पुढे म्हणण्यात येते की, 'अल्लाहच्या या आदेशांमध्ये कुठलेही बदल होणे शक्य नाही.' याचा अर्थ असा की काळाची गरज असेल तर मानवनिर्मित कायदे बदला. अल्लाहच्या कायद्यांमध्ये कदापि बदल होणार नाही, कारण ईश्वराने हे कायदे मानवाच्या सर्व आयामांना व मानसिकतेला समोर ठेवून निर्माण केले आहेत.

कुरआन वाचताना या ग्रंथाच्या संदर्भात पूर्ववत कल्पना नाहीशा न केल्याने काही वेळा असा भास होतो की, यातील आयती सुसंगत नाहीत आणि नव्याने कुरआन वाचणाऱ्यांना असे वाटू लागते की हे तर एक असंपादित, असमन्वयीत आणि विस्कळित स्वरूपाचे साहित्य आहे. म्हणून हा ग्रंथ वाचण्यापूर्वी या ग्रंथावर आपले ईमान व आपली श्रद्धा असो वा नसो, एक गोष्ट लक्षात ठेवली पाहिजे की, विश्वस्वामीने- जो सबंध सृष्टीचा निर्माणकर्ता आणि मालक व शासकही आहे, त्याच्या अनंत व असीम राज्यातील या विभागात जिला पृथ्वी म्हणतात- मानवाला निर्माण केले. या मानवाला त्याने एक प्रकारची स्वायत्तता देऊन पृथ्वीवर त्याला आपला ख़लिफा (नायब) बनवले आहे. म्हणजे या जगात मानवाचे आगमन त्याला ईश्वराकडून देण्यात आलेले एक वरदान नसून त्यासाठी एका परीक्षेचा कालावधी आहे. पवित्र कुरआन त्याला 'जीवन कसे जगावे?' याकरिता देण्यात आलेले एक पाठ्यपुस्तक आणि मार्गदर्शिका आहे. म्हणून प्रत्येक आयतीच्या पार्श्वभूमीवर आपण निरीक्षण केले तर आपल्या निदर्शनास येईल की अल्लाहचे प्रत्येक विधान आपल्याला एकमेकांशी सुसंगत वाटत नसले तरी त्यांच्यात अप्रतिम सुसंगतता आहे.

मुंबईतील प्रसिद्ध माहिमची दर्गाह ज्यांच्या नावाची आहे ते हजरत मख्दूमअल्ली महाइमी कुरआनचे प्रसिद्ध भाष्यकार होते. त्यांनी आपल्या तफ़सीर (भाष्या)मध्ये हे

सिद्ध केले आहे की, कुरआनच्या आयतींच्या अवतरणामध्ये काळाचे अंतर असले तरी एका आयतीचा दुसऱ्या आयतीशी घनिष्ठ संबंध आहे आणि हे सर्वसाधारण काम नसून अल्लाहच्या मसलतीशिवाय शक्य नाही.

कुरआनचे एकूण ३० खंड आहेत. नव्याने कुरआन वाचणाऱ्यांना असे सुचवण्यात येते की, त्याने कुरआनचे अध्ययन पहिल्या खंडापासून न करता तिसाव्या खंडापासून, म्हणजे उजव्या बाजूने अध्याय क्रमांक ११४ पासून करावे. तत्पूर्वी पहिला अध्याय 'सूरए फ़ातिहा' जरुर अभ्यासावा. पवित्र कुरआनात अध्यायाला 'सूरत' आणि 'खंड' याला 'जुज़' किंवा 'पारा:' असा शब्द प्रयोजण्यात येतो.

सत्याग्रही : अल्लाहच्या दरबारी

प्रकाशन दिनांक : ९-९-२०१०

प्रत्येक धर्मात एकाग्रता आणि ध्यानधारणेला खूप महत्त्व आहे. दैनंदिन जीवनात एकाग्रता सहजासहजी लाभत नाही. त्याकरिता एका निवांत जागेचा शोध घ्यावा लागतो. आणि मशिदीपेक्षा उत्तम निवांत जागा समाजात शोधणे कठीण आहे. पैगंबरसाहेब दर वर्षी रमज़ानच्या अंतिम दहा दिवसांत मशिदीतून एकांतवास (एअतेकाफ़) करायचे. त्यांच्या निधनानंतर त्यांच्या पवित्र पत्नींनी ही परंपरा पुढे राखली.

एअतेकाफ़ एक अशी उपासना आहे जी सर्वांवर सक्तीची नाही. वस्तीतील किंवा मोहोल्ल्यातील एका माणसानेदेखील एअतेकाफ़ पूर्ण केले तर ते सर्वांसाठी पुरेसे आहे. ज्या मशिदीत पाचही वेळा नमाज़ होत असेल आणि अज़ान पुकारली जात असेल अशा मशिदीत एअतेकाफ़ करणाऱ्याने अस्र (सायंकाळची) नमाज़ झाल्यानंतर दाखल व्हावे आणि रमज़ान महिन्याच्या अंतिम तारखेचा चंद्र बघून किंवा सूर्यास्तानंतर मशिदीतून बाहेर पडावे. मशिदीत एका कोपऱ्यात थोडासा आडोसा करून त्यात आपल्या आवश्यक वस्तू (कपडे, अंथरूण वगैरे) घेऊन एकचित्त होऊन बसावे. नमाज़ पढतानाच्या पंक्तीत सामील व्हावे आणि नमाज़ संपल्याबरोबर आपल्या ठिकाणी परत जावे.

मशिदीत खाणेपिणे वर्ज्य आहे. फक्त प्रवासी आणि एअतेकाफ़मध्ये बसणारा माणूस अशा दोनच व्यक्ती मशिदीत खाऊपिऊ शकतात. यावरून आपणास एअतेकाफ़चे महत्त्व लक्षात येईल. एअतेकाफ़धारकावर फार मोठी जबाबदारी आहे, कारण तो त्या लोकवस्तीतील सर्व माणसांच्या वतीने ईश्वराच्या दरबारात हजेरी लावण्यास बसला आहे. जणू एक सत्याग्रही अल्लाहच्या दरबारावर आपला मोर्चा घेऊन सतत दहा दिवस उपोषणार्थ बसलेला आहे आणि जोपर्यंत त्याच्या मागण्या पूर्ण होत नाहीत तोपर्यंत येथून हलणार नाही.

या कामासाठी मशिदीच्या गर्भगाभाऱ्यात बसावे लागते. एअतेकाफ़मध्ये बसणाऱ्या माणसांची संख्या वाढली तर ही मर्यादा वाढवावी लागते. नजरचुकीने किंवा गफलतीमुळे जर पाय बाहेर पडला तर एअतेकाफ़ मोडला जातो आणि पुढच्या वर्षी याची पुनरावृत्ती करावी लागते. नैसर्गिक गरजांच्या पूर्तीसाठी (मशिदीच्या स्नानगृहाच्या वापरासाठी) मात्र ही जागा थोडा वेळ सोडता येते.

फ़ितरा : ईदची पूर्वतयारी!

प्रकाशन दिनांक : १०-९-२०१०

रमज़ान महिन्याच्या चंद्रदर्शनाची कुणी तयारी करत नाही; ईदचे चंद्रदर्शन मात्र सर्वांकरिता आल्हाददायक ठरते. ईद म्हटले की नुसती मौजमजा नसून, त्याच्या पूर्वतयारीकरिता काही इतर दानधर्मही करावे लागतात. ज्याला 'सदक्-ए-फ़ित्र' म्हणतात.

इस्लामच्या प्रत्येक आचरणात आपण दुसऱ्यांकरिता काय केले, यावर खूप भर देण्यात आला आहे. आपण उपवास राखलेत. त्याचा एक शुक्राना (आभार प्रदर्शन) म्हणून ईदची नमाज़ अदा करण्याकरिता मशिदीत किंवा ईदगेत जात आहात. ईदची तयारी पूर्ण आहे. नवीन पोशाख केला आहे. स्नान, अत्तर, सुरमा या सगळ्या वाजवी वस्तूंचा वापरही केला आहे. ईदच्या नमाज़ला जाण्याकरिताची तस्बीह (जप)देखील आपल्या मुखातून बाहेर पडत आहेत. परंतु, आपण आपल्या शेजाऱ्यांकरिता, गोरगरिबांकरिता ईदच्या या शुभ दिवशी त्यांना आपल्या आनंदात सामील करून घेण्याकरिता काय केलेत? त्याकरिता तुमच्याकडे काय कार्यक्रम आहे? जोपर्यंत तुमचे निकटवर्ती तुमच्या प्रसन्नतेत सहभागी होत नाही, तोपर्यंत तुम्हाला खरी प्रसन्नता लाभणार नाही.

तुमच्याकडे धनदौलत असो नसो, ईदच्या नमाज़ला जाण्यापूर्वी एक आर्थिक उपासना जरूर करा. ही आर्थिक उपासना ज़कातच्या व्यतिरिक्त आहे. हे करण्याकरिता आपणास साहिबे निसाब (श्रीमंत) असणे जरुरीचे नाही. आपण व आपल्यावर अवलंबून असलेल्या मुलाबाळांच्या व पत्नीच्या वतीने आपण खात असलेले अंदाजे पावणे दोन किलो गहू अथवा त्याची किंमत गोरगरिबांमध्ये दान करून टाकावी. हे शुभकार्य ईदच्या दोन दिवस आधीपासून केले जाऊ शकते. काही कारणास्तव ईदच्या नमाज़पूर्वी हे दान केले गेले नाही, तर नंतरही दिवसभरातून कधीही करू शकता.

दानधर्म करताना जातधर्म पाळणे उचित नाही. तुमची माणसे (नातेवाईक, मित्र, शेजारी- मग ते कुठल्याही धर्माचे असोत-) गरीब असतील तर त्यांना प्राधान्य द्या. नंतर इतरांचा विचार करा. जागतिक प्राधान्यता-वादाचीदेखील हीच शिकवण आहे.

ईदच्या निमित्ताने!

प्रकाशन दिनांक : ११-९-२०१०

मक्केतील विरोधकांच्या कटकारस्थानांना कंटाळून प्रेषित हज़रत मुहम्मद साहेबांनी मक्केचा त्याग केला आणि मदिनेत येऊन स्थायिक झाले. काही दिवसांनी त्यांचे सोबती त्यांना भेटले आणि म्हणाले, 'मदिनेतील रहिवासी वर्षातून अनेक सण एकत्रित येऊन साजरे करतात, आपणही आमच्याकरिता काही सण साजरे करण्याची तजवीज करावी, जेणेकरून आम्हीही आनंद व्यक्त करू शकू.'

पैगंबरसाहेब म्हणाले, 'मी तुम्हाकरिता वर्षातून दोन सण साजरे करण्याची अनुमती देतो- एक आहे जिल्हिज्जच्या १० तारखेला ईदुल-अज़्हा (बक़र ईद) आणि दुसरा आहे शव्वालच्या पहिल्या तारखेला साजरी होणारी ईदुल-फ़ित्र (रमज़ान ईद)!' या आदेशानुसार पैगंबर काळात पहिली ईद ३० डिसेंबर इ. स. ६२३ रोजी साजरी करण्यात आली.

रमज़ान ईद, रमज़ानचे २९ किंवा ३० उपवास पूर्ण केल्यानंतर साजरी केली जाते. ही ईद साजरी करण्याआधी आपण खात असलेले अंदाजे पावणेदोन किलो गहू किंवा त्याची किंमत गोरगरिबांमध्ये दान करणे आवश्यक आहे. हे दान 'सद्क-ए-फ़ित्र' म्हणून ओळखले जाते आणि यावरूनच ही ईद 'ईदुल-फ़ित्र' म्हणून संबोधली जाते. ईदुल-फ़ित्र म्हणजे उपवास सोडल्याची आणि दान देण्याची ईद. इस्लाम धर्माचे हे दोनच सण. यातसुद्धा साजरे करणाऱ्यांवर अनेक बंधने घालण्यात आली आहेत.

ईदच्या नमाज़ला जाण्याआधी स्नान करा, स्वच्छ कपडे परिधान करा, अत्तर लावा, गोडधोड खा. ईदच्या नमाज़नंतर घरी परत या, आईवडिलांना, नातेवाइकांना आणि मित्रपरिवाराला भेटा. स्वच्छ आणि हलाल कमाईतून मिळवलेला आहार करा.दिवसभर पाचही वेळी नमाज़ पढा, कुरआन पठण करा, अल्लाहचे नामस्मरण करा. कारण आजचा दिवस उपवासांच्या मोबदल्याचा दिवस आहे. महिनाभर उपवास राखून आजच्या दिवशी जराही गफलत केली तर सर्व पुण्य नाहीसे होईल. काही कारणास्तव, नमाज़च्या आधी 'सद्क-ए-फित्र' अदा केला गेला नसेल तर आता दान करून टाका, कारण त्याचा समावेश ईदच्या प्रमुख विधीतील एक आहे. आपले शेजारी जोपर्यंत आपल्या आनंदात सामील होत नाहीत, तोपर्यंत ती खरी ईद नाही.

रमज़ानचे स्वागत : का व कसे?

प्रकाशन दिनांक : २-८-२०११

रमज़ानच्या आधी रजब आणि शअबान हे दोन महिने असतात. रजबचा महिना लागला की पैगंबरसाहेब उपवास धरायला सुरुवात करायचे. त्यांचा जास्त वेळ मशिदीत जाई. ते सतत दुआ-प्रार्थना, नमाज़, जप, अल्लाहचा सतत नामोल्लेख आणि दानधर्म करण्यात मग्न राहत असत. त्यांचे अनुकरण करत त्यांचे अनुयायीही उपवास करायचे. एकदा प्रेषितसाहेबांच्या लक्षात आले, की मी रजब आणि शअबानचे उपवास सातत्याने करत राहिलो, तर कदाचित लोकांना वाटेल की हे उपवासही सक्तीचे करण्यात आले आहेत. म्हणून पैगंबरसाहेब अधूनमधून काही दिवस उपवास राखण्याचे सोडून देत असत.

वस्तुस्थिती अशी आहे, की आपण इतर वेळेस अफाट खातो आणि रमज़ानचा महिना आला की खाणेपिणे अचानकपणे वर्ज्य होते. त्याचा आरोग्यावर परिणाम होतो. छातीत जळजळ होणे, जीव मळमळणे, अपचन, उलट्या होणे आणि काही वेळा थंडी वाजून ताप येणे, हे सर्व अवेळी जेवण, कमी झोप आणि तसदीची लक्षणे आहेत. यावर उपाय म्हणून आजही बरेच जण रजब आणि शअबानचे उपवास करतात.

रजब आणि शअबानचे उपवास करता आले नाही तर यावर एक सोपा उपाय म्हणजे रमज़ानच्या दोन-तीन दिवस आधीपासूनच रात्रीचे जेवण घेण्याचे शक्यतो टाळावे. अगदीच नाईलाज असेल तर सायंकाळी अल्पोपहार घ्यावा किंवा नुसता फलाहार घ्यावा आणि सकाळी नियमितपणे, परंतु थोडी न्याहरी घ्यावी.

रमज़ान महिन्यात उत्तररात्रीला उठून न्याहरी (सेहरी) घेणे सुन्नत (पैगंबरी आदेश) आहे. पैगंबरसाहेबांच्या वचनाप्रमाणे इस्लामी आणि इतरांच्या उपवासात एवढेच अंतर आहे, की बाकीची माणसे उत्तररात्रीची न्याहरी (सेहरी) घेत नाहीत आणि मुस्लिम बांधव न्याहरी घेतात; जेणेकरून त्यांना दिवसभर उपवासातील भूक जाणवत नाही आणि संध्याकाळपर्यंत ते तरतरीत राहतात. अन्यथा १३-१४ तास उपाशीपोटी राहणे शक्य नाही. त्यांना मिळणारी दुसरी शक्ती ईश्वरी आदेशाचे पालन केल्यामुळे मिळणारी आध्यात्मिक शक्ती आहे.

लहानग्यांचे उपवास

प्रकाशन दिनांक : ५-८-२०११

प्रातःकाळापासून सूर्यास्तापर्यंत काही न खाणेपिणे आणि शरीरसंबंधांपासून दूर राहणे, या उपवासातील प्रमुख बाबी आहेत. रमज़ान महिन्यातील उपवास प्रत्येक सुजाण, प्रौढ आणि स्वतंत्र (गुलामगिरीतून मुक्त) अशा व्यक्तीवर फर्ज (अनिवार्य) आहेत. भारतात उपवासासाठीचे प्रौढत्व वयाच्या १३व्या वर्षांनंतर सुरू झाल्याचे समजले जाते. लहान मुलांना उपवास सक्तीचे नाहीत. लहान मुलांना त्यांच्या वाढत्या वयामुळे जास्त तहान-भूक लागते. त्यांचे शरीर सतत हालचाली करत असते. त्यांना हाक मारली तर ते चालत येत नाहीत, धावत येतात. ज्या मुलांना वयाच्या दोन वर्षांपर्यंत आईचे दूध आणि वयाच्या चार वर्षांपर्यंत भरपूर आहार मिळत नाही, ते आयुष्यभर कमजोर राहतात. त्यांच्या शारीरिक व मानसिक वाढीवर दुष्परिणाम होण्याची शक्यता वाढते. त्यामुळे लहान मुलांच्या आहाराची काळजी घेऊन त्यांच्या भावी आरोग्याचा पाया मजबूत करायला हवा.

या सर्व गोष्टी माणसाला समजतात, तर त्या संसाराच्या निर्मात्याला- अल्लाहला माहीत नसतील का? त्याने आपल्या प्रेषिताला स्पष्ट आदेश दिले आहेत, लहान मुलांना उपवास सक्तीचे नाहीत. काही मंडळी विनाकारण आपल्या लहान मुलांना उपवास राखण्याची सक्ती करतात. त्यांना इस्लामी शरिअतचे (धर्मकायद्याचे) ज्ञान नाही. मुलांना सवय लावण्यासाठी, हवामान जास्त उष्ण किंवा थंड नसेल आणि विशेषतः हिवाळ्यात, जेव्हा दिवस लहान असतो, अशा मोसमात, एखाद-दुसरा उपवास केला, तर काही हरकत नाही. पण, तोही केवळ पाच-सहा वर्षांपुढील वयाच्या मुलांनी. ज्या घरात मुले आयुष्यातील पहिला उपवास करतात, त्या घरात दिवसभर प्रचंड आनंदाचे वातावरण असते. दुपारपासूनच चिमुरड्या उपवासधारकांची दिलजमाई व रोज़ाकुशाईसाठी नातलग व मित्रमंडळी जमतात. सूर्य मावळण्याच्या खूप आधीपासून बालकाला नवीन कपडे घातले जातात. मुलगी असली तर वेणी, हारतुरा, पुष्पगुच्छ देऊन आणि मुलगा असला तर हारतुरा, पुष्पगुच्छ देऊन त्याचे स्वागत करतात. मित्रांबरोबर त्याला मशिदीत पाठवतात. त्याच्या हस्ते गोरगरिबांना दान करतात व जेऊ घालतात. यावरून आपणास उपवासाचे महत्त्व समजू शकेल.

उपासनेचा अतिरेक!

प्रकाशन दिनांक : ६-८-२०११

आपल्या शरीरावर, हृदयावर, मेंदूवर अथवा मूत्रपिंडावर एखाद्या आजाराचा अचानक हल्ला झाला तर आपण डॉक्टरांकडे धाव घेतो. ते आपल्यावर ताबडतोब औषधोपचार सुरू करतात आणि सांगतात, तुमच्या अमुक अवयवावर अमुक आजाराचा 'अॅटॅक' झाला आहे. आस्था, अध्यात्म आणि उपासना याही काही उथळ मनाच्या लोकांवर असाच 'अॅटॅक' करतात. एखादे चांगले व्याख्यान, प्रवचन किंवा उपदेश वाचले किंवा ऐकले तर आपण लगेच कामाला लागतो. दानधर्म, नमाज़, प्रार्थना, पोथीपठण, जप आणि इबादतमध्ये असे काही मग्न होतो, की इतर कुठल्याही गोष्टीचे भान आपल्याला राहत नाही. आपल्या बरोबरीने आपण आपल्या कुटुंबीयांनाही या कवायतीत बळजबरीने राबवून घेतो. काही दिवसांनी हा ज्वर शमतो तेव्हा पुनश्च 'जैसे थे' परिस्थिती निर्माण होते आणि सर्वकाही पूर्ववत चालू लागते.

रमज़ान महिन्यातही काही लोकांवर असेच आघात होतात. लांबलचक झब्बा, डोक्यावर सतत टोपी, दाढी, नमाज़, रोज़ा, ज़कात, फ़ित्रा, दानधर्म, तहज्जुद (उत्तररात्रीची नमाज़), तरावीह (रमज़ान महिन्यातील अतिरिक्त नमाज़), दररोज प्रवचन ऐकणे वगैरे गोष्टी ३० दिवस नियमितपणे सुरू असतात. एकदा का रमज़ान महिना संपला, की 'तू कौन, मैं कौन'वाला मामला सुरू होतो. रमज़ान महिन्यात लहान मुलांवरही अकारण सक्ती केली जाते. त्यांना उपवास राखण्यासाठी पहाटे उठवणे, दिवसभर उपाशीपोटी ठेवणे, त्यांच्यावर कडक नजर ठेवणे वगैरे अशा गोष्टी आहेत- ज्यांचा 'शरीअत'मध्ये कुठेच उल्लेख नाही. लहान मुलांवर 'शरीअत'चा कुठलाच कायदा लागू होत नाही. त्यांचे वयात येणे जरुरीचे आहे. काही लोकांना हज्ज यात्रेचा शौक जडलेला असतो. दर वर्षी हज्ज आणि दर वर्षी उमरा (लहान हज्ज)! अशा लोकांकडे सामाजिक कामांसाठी पाच रुपये मागायला गेलो तर मिळत नाहीत. त्यासाठी अनेक प्रकारे बहाणेबाजी करतात, परंतु लाखो रुपये हज्ज यात्रेत खर्च करताना त्यांना आजारी आई, भुकेलेला बाप आणि दारिद्र्यरेषेखाली जगणाऱ्या शेजाऱ्याची आठवण होत नाही.

उपासना पवित्र व आवश्यक असली तरी त्यातील अतिरेक शरीअतला मान्य नाही.

महिला आणि नमाज़

प्रकाशन दिनांक : ७-८-२०११

भारतात काश्मीर आणि केरळमधील काही मशिदी वगळता, महिलांना नमाज़ पढण्यासाठी मशिदीत परवानगी नाकारली जाते. ज्या राष्ट्रांमध्ये परवानगी नाकारली जात नाही, अशा ठिकाणीसुद्धा पहाटे आणि रात्रीच्या नमाज़ात महिलांची संख्या शून्य टक्के असते. लहानमोठे प्रपंच सांभाळून वाळवंटी प्रदेशातील दुपार, हिवाळ्यातील व बर्फाळ प्रदेशातील पहाट, किर्रर अंधारातील उशिरा रात्री आणि नियमितपणे दिवसातून पाच वेळा मशिदीत हजेरी लावणे महिलांना शक्य नसते; म्हणूनच महिलांना मशिदीतील सामूहिक नमाज़मध्ये सामील होणे सक्तीचे करण्यात आलेले नाही आणि तसे कोणतेही पैगंबरी अथवा ईश्वरी आदेश नाहीत. या बाबीवर काही स्पष्ट आदेश असते, तर महिलांना मशिदीत जाण्यास कुणीही रोखू शकला नसता. महिलांना मशिदीत मज्जाव करण्याचे प्रथम आदेश इस्लामचे दुसरे ख़लिफ़ा उमर (र.) यांनी काढले. त्या वेळी सर्व थोर 'पैगंबर सोबती' हयात होते आणि कुणीही त्यांना विरोध केला नाही.

याचा अर्थ असा नाही, की त्यांना नमाज़ माफ करण्यात आली आहे. दिवसातून पाच वेळा नमाज़ पढणे प्रत्येक स्त्रीवर फर्ज (अनिवार्य) आहे. त्यांनी आपल्या घरी वेळेच्या आत नमाज़ पढावी. काही महिलांमध्ये अशी समजूत आहे, की ज्या वेळी मशिदीत नमाज़ सुरू असते, त्या वेळी महिलांनी घरात नमाज़ पढू नये किंवा पुरुष नमाज़ पढून घरी परतल्यावरच नमाज़ पढावी. ही कल्पना अत्यंत चुकीची आहे. ज्या महिला मशिदीपासून दूर अंतरावर राहतात किंवा ज्यांच्या घरात कुणी पुरुष नाही, त्यांना कसे समजेल की मशिदीत नमाज़ झाली की नाही?

रजःस्वला स्त्रीने आपले पाळीचे दिवस संपल्यानंतरच नमाज़ पढावी. महिन्यातून ठरावीक दिवस वगळता प्रत्येक स्त्रीला नमाज़ पढणे अनिवार्य आहे. नमाज़ाची वेळ समजत नसेल आणि वर्षभरातून प्रत्येक महिन्यात होणारे बदल अवगत नसतील तर मशिदीतून प्रत्येक महिन्याचे वेळापत्रक मागवून घ्यावे अथवा अज़ानच्या आवाजावर लक्ष ठेवावे. सर्वात सोपा उपाय म्हणजे इस्लामी कॅलेंडरचा (दिनदर्शिकेचा) वापर करावा.

अवाजवी जागरण टाळावे

प्रकाशन दिनांक : ८-८-२०११

इस्लामचे चौथे आदर्श ख़लिफ़ा हज़रत अली (र.) म्हणजे पैगंबर हज़रत महम्मद (स.) यांचे जावई, आध्यात्मिक, विद्वान, अनुभवी. यांना भेटावयास एक व्यक्ती आली आणि म्हणाली, ''मला एका गोष्टीची खंत सतत वाटत असते, की एवढा पवित्र काळ मला लाभूनसुद्धा जितकी प्रार्थना, अर्चना आणि उपासना मला करायला हवी तेवढी मी करत नाही. माझा अंत कसा होईल?'' हज़रत अली त्या गृहस्थाला म्हणाले, ''एका पायावर उभा राहा!'' तो इसम एका पायावर उभा राहिला. अलींनी नंतर त्याला आदेश दिला, ''दुसराही पाय उचल.'' तो मनुष्य गडबडला व म्हणाला, ''हे कसं शक्य आहे? मी पडेन.'' अली उत्तरले, ''जेवढं झेपेल तेवढंच कर. विनाकारण तसदी घेऊ नकोस.''

रमज़ान महिन्यातील प्रत्येक क्षण मौल्यवान असला तरी मनःपूर्वक उपासना करण्यासाठी केवळ शारीरिक ताण घेऊन चालणार नाही. मानवी शरीर रक्त आणि मांसपेशींचा एक मोठा संच आहे. प्रत्येक सेकंदाला त्यातील पेशींची वाढ-झीज होत राहते. तसेच शरीरातील अनेक स्नायू आपल्या सततच्या कार्यामुळे थकत राहतात. त्यात सुधार आणि तरतरी आणण्यासाठी त्यांना आरामाची नितांत गरज असते. मानवी शरीर लोखंडी मशीन नाही, की ज्याला थकवा आणि शीण नाही. मशीनही सतत वापरल्याने गरम होते आणि त्याचे पार्ट गळून-तुटून पडतात. प्रत्येक वस्तूला एक मर्यादा असते. शारीरिक थकवा नाहीसा करण्याचा उत्तम उपाय म्हणजे 'पुरेशी झोप' आहे. कामाच्या स्वरूपात थोडा बदल घडवून आणला तरी आराम मिळतो. थकवा नाहीसा होऊन माणूस नवीन काम अधिक जोमाने हाती घेण्यास तयार होतो.

रमज़ानच्या रात्री उशिरा झोपावे लागते, तर पहाटे लवकर न्याहरी (सेहरी) घेण्यासाठी उठावे लागते, म्हणून सकाळी फर्जच्या नमाज़ानंतर किंवा दुपारच्या (जुहर) नमाज़ानंतर थोडी विश्रांती घेतलेली बरी. तरावीहच्या नमाज़ानंतर गप्पा मारत बसणे, टीव्ही पाहणे, बाजारात हिंडणे अशा गोष्टी शक्यतो टाळाव्यात. लवकर झोपून लवकर उठावे, शरीरात ताकद नसताना रात्रभर जागरण करून उपासना (इबादत) करणे आणि नंतर आजारी पडून प्रार्थना न करणे अल्लाहला पसंत नाही. म्हणून अवाजवी जागरण करण्याचे शक्यतो टाळावे.

वडीलधाऱ्या माणसांच्या चुका!

प्रकाशन दिनांक : १३-८-२०११

पर्शियन भाषेत एक म्हण आहे, 'खताए बुजुर्गान गिरिफतन खता अस्त' म्हणजे वडीलधारी किंवा ज्येष्ठांच्या चुका पकडणे चूक आहे. याचा अर्थ असा, वयोवृद्ध माणसाने काही चूक केली किंवा त्याचे काही चुकले तर त्याचे भांडवल बनवू नका. त्याला माफ करत जा. या म्हणीतला प्रमुख शब्द आहे 'गिरिफतन' म्हणजे 'पकडणे.' यावरूनच 'गिरिफतार' म्हणजे 'जेरबंद' हा शब्द निघालेला आहे. 'जेरबंद'सुद्धा पूर्णतः पर्शियन शब्द आहे; परंतु काही विद्वानांनी या म्हणीचा वेगळा अर्थ असा लावला आहे, की ज्येष्ठांनी केलेल्या चुका तुम्ही 'धरू नका', म्हणजे तुम्ही त्याचे 'अनुकरण' करू नका.

याचा अर्थ असा नाही, की आपण परंपरेविरुद्ध वागावे. 'परंपरा' आणि 'चुका' या दोन वेगवेगळ्या गोष्टी आहेत. परंपरा हजारो-लाखो माणसांच्या एकसारखे वागण्याने शेकडो-हजारो वर्षांनंतर अस्तित्वात येतात; परंतु काही वृद्ध माणसांनी केलेली कृत्ये त्यांच्या वैयक्तिक घटना असतात आणि काही प्रसंगी तसे करणे आवश्यकही असते. परंतु ही कृत्ये सार्वभौम नियम किंवा प्रमेय म्हणून लेखता येणार नाही. इंग्लंडची राज्यघटना लिखित नसून पारंपरिक आहे. अमेरिकेची राज्यघटना पारंपरिक जास्त आणि लेखी कमी आहे. अशी अनेक राष्ट्रे आहेत, की ती केवळ परंपरेवर चालतात आणि ही सगळी प्रगत राष्ट्रे आहेत. आपल्या राष्ट्रात आणि प्रगत राष्ट्रांत फरक एवढाच, की आपण चुकीच्या आणि इतरांना त्रास देणाऱ्या परंपरा जोपासण्यात जास्त वेळ घालवतो.अखंडपणे व कुठलाही फेरबदल न आणता त्या चालवण्यात आपले यश समजतो; पण अशा गोष्टींचा शरीअतमध्ये कुठेच उल्लेख नाही.

रमज़ान महिन्यातसुद्धा भारतातील अनेक शहरांमध्ये काही परंपरा पाळल्या जातात. भर रस्त्यात वाहतुकीला त्रास होईल, अशा ठिकाणी मोठमोठी दुकाने अथवा बाजार लावणे, भिकाऱ्यांना रांगेत बसवून त्यांना जेवण वाढणे अथवा ज़कातच्या रकमेचे किंवा वस्त्रांचे वाटप करणे, रात्री उशिरापर्यंत दुकाने उघडी ठेवणे अथवा दुचाकी उडवत फिरणे व गोंगाट करणे असे अनेक प्रकार आहेत... ज्यांचा शोध घेऊन आपण स्वतः त्यावर निर्बंध आणू शकतो. त्यासाठी कायद्याचे दडपण कशाला हवे?

दुय्यम दर्जाचा नागरिक कोण?

प्रकाशन दिनांक : १५-८-२०११

एक काळ असा होता की, आपल्या समाजात काही माणसे उच्च आणि काही माणसे कनिष्ठ समजली जायची, हे नैतिकदृष्ट्या योग्य नाही. स्वातंत्र्यानंतर तर हे बेकादेशीरही ठरवले गेले आहे.

इस्लाम धर्माला समाजाचे असे विभाजन मान्य नाही. पैगंबरसाहेबांनी असे न करण्याची आदेशपूर्वक ताकीद दिली आहे. पैगंबरसाहेबांच्या काळात गुलामगिरीची प्रथा होती. बाजारपेठेत अक्षरशः माणसे विकली जायची. खुद्द पैगंबरसाहेबांच्या सेवेसाठी एक गुलाम ज़ैद बिन हारिस भेट म्हणून देण्यात आला होता. तो लहान वयात एका युद्धात पकडला गेला होता. त्याच्या आईवडिलांना जेव्हा त्याच्या अस्तित्वाची माहिती मिळाली तेव्हा ते स्वतः मक्केला आले आणि मोबदल्याची रक्कम देऊन मुलाची सुटका मागू लागले. पैगंबरसाहेबांनी काही मोबदला न घेता मुलाला त्याच्या आईवडिलांच्या सुपूर्द केले; परंतु काही केल्या तो तरुण आपल्या आईवडिलांबरोबर जाण्यास तयार झाला नाही. कारण, पैगंबरसाहेबांनी त्याच्यावर आपल्या जिवापलीकडे प्रेम केले होते. आपल्या अपत्यासारखे त्याचे पालनपोषण केले होते. त्याला आपला दत्तकपुत्र मानले होते. हाच मुलगा नंतर पैगंबरसाहेबांचा ज्येष्ठ सोबती (सिहाबी) म्हणून ओळखला गेला आणि त्याच्या मुलाला पैगंबरसाहेबांनी सरसेनापती (सिपहसालार) म्हणून एक जबरदस्त फौज देऊन युद्धावर पाठवले होते.

पैगंबरसाहेब इतर गुलामांबरोबरही एका ताटात जेवायचे. एका ताटात जेवायची ती प्रथा आजतागायत चालू आहे. आज गुलामीची प्रथा नसली तरी, मुस्लिम मालक आपल्या ड्रायव्हर किंवा सफाई कर्मचाऱ्याबरोबर बसून एका ताटात जेवतात. नमाज़ामध्ये तर ही समानता अत्यंत प्रखरपणे दिसून येते. राजा आणि रंक एका पंक्तीत उभे राहतात आणि त्यांच्या उपासनेत कुठलाही व्यत्यय येत नाही; परंतु 'पवित्र कुरआना'प्रमाणे दुय्यम दर्जाची माणसे ईश्वराच्या नजरेत वेगळीच आहेत.

'तुमच्यात उत्तम (श्रेष्ठ) आणि माननीय तोच आहे जो ईश्वराला (अल्लाहला) सर्वात जास्त भितो.' (कुरआन).

तरावीहची नमाज़

प्रकाशन दिनांक : १८-८-२०११

रमज़ान महिन्यात एक नमाज़ एरवीपेक्षा जादा पढावयाची असते आणि ती आहे तरावीहची नमाज़. रात्री उशिरा पढली जाणारी इशाची नमाज़ झाल्यानंतर तरावीहच्या २० रकअती पढावयाच्या असतात. रकअतीची माहिती जवळच्या मशिदीत किंवा कुणीही मुस्लिम व्यक्ती देऊ शकते. या २० रकअती पढण्यासाठी साधारण एक तास लागतो. या नमाज़ात सामील होणाऱ्यांना रमज़ानच्या संपूर्ण महिन्यात अखंड कुरआन पठण ऐकावयास मिळते.

या नमाज़ची इमामत (नेतृत्व) अशी माणसे करतात ज्यांना संपूर्ण कुरआन मुखोद्गत आहे. यांना 'हाफ़िज़े कुरआन' (कुरआन मुखोद्गत असलेली व्यक्ती) म्हटले जाते. हाफ़िज़ साहेबांना मुस्लिम समाजात खूप मान-सन्मानाची वागणूक दिली जाते. पैगंबरसाहेबही रमज़ान महिन्यात एकदा संपूर्ण कुरआन लोकांकडून ऐकवून घ्यायचे आणि अल्लाहचे फरिश्ते (ईशदूत) यांना आपण पाठ करून घेतलेले कुरआन वाचून दाखवायचे. पैगंबरसाहेब उम्मी होते. उम्मी अशा लोकांना म्हटले जाते ज्यांनी कुणाकडूनही औपचारिक शिक्षण घेतले नसेल; परंतु ज्यांचा शिक्षक स्वतः अल्लाह (ईश्वर) असेल.

कुरआन, अल्लाहकडून पैगंबर हज़रत मुहम्मद (स.) यांच्यावर अवतरित करण्यात आलेले एक आकाशी पुस्तक आहे. त्यात लहानमोठे एकूण ११४ अध्याय आहेत. कुरआन अरबी भाषेत अवतरले गेले आणि १४५० वर्षे उलटूनही या ग्रंथात कानामात्रेचाही फेरबदल नाही. त्यात एकूण ३० खंड आहेत आणि प्रत्येक खंड सर्वसाधारणपणे १६ पानांचा आहे. निवांत आणि हळूहळू एक खंड वाचण्याकरिता सुमारे अर्धा तास लागतो. या हिशेबाने एक सामान्य माणूस दिवसभरातून संपूर्ण कुरआन वाचून काढू शकतो. कुरआन पठण करण्याला 'तिलावत' असा शब्द आहे.

कुरआन जगात सर्वात जास्त वाचला जाणारा ग्रंथ आहे. भारताच्या लाखो मशिदीतून रमज़ान महिन्यात आणि एरवीही, तसेच घराघरांतून दररोज कुरआन पठण करण्यात येते. कुरआन पठण केल्याने वातावरण प्रसन्न होते. पापांचा काळोख नाहीसा होतो आणि पुण्याईचा प्रकाश झळकू लागतो. याचा लाभ फक्त मुस्लिम बांधवांनाच होत नसून संपूर्ण समाज, देश याच्या मंगल प्रसादाने तृप्त होऊन जातो.

तरावीहच्या २० रकअती

प्रकाशन दिनांक : १९-८-२०११

तरावीहची नमाज़ 'सुन्नते मुअक्किदा' म्हणजे ताकीदपूर्वक पढण्याचे आदेश आहेत. त्याचा इन्कार करणारा गुन्हेगार आहे. पैगंबरसाहेबांनी आपल्या जीवनकाळात या नमाज़ाची सक्तीने अंमलबजावणी केली. त्यांचे सोबतीही अत्यंत दिलजमाईने या नमाज़ात सामील व्हायचे.

पैगंबरसाहेबांच्या आचरणाचे त्यांचे सोबती अत्यंत बारकाईने निरीक्षण करायचे आणि त्यांचे अनुकरण करायचे. रमज़ानचे उपवास ३१ ऑक्टोबर ई.स. ६२३ रोजी फर्ज (अनिवार्य) करण्यात आले. रमज़ानचा महिना म्हणजे अतिरिक्त उपासना आणि प्रार्थना करण्याचा महिना. पैगंबरसाहेब अत्यंत एकाग्र होऊन या महिन्यात अधिक प्रार्थना करायचे, त्यातच रात्री उशिरा तरावीहची नमाज़देखील पढायचे. तरावीहच्या नमाज़मध्ये ते कधी आठ आणि कधी २० रकअती पढायचे. त्यांच्या देहावसानानंतर त्यांचे अनुयायीदेखील कधी आठ, तर कधी २० रकअती पढायचे. कुणी कुणाला हटकत नसे.

दोन वर्षांनंतर हज़रत उमर (र.) दुसरे ख़लिफ़ा म्हणून नियुक्त झाले. त्यांचा काळ अत्यंत प्रभावशाली असा होता. आपल्या १२ वर्षांच्या कारकिर्दीत त्यांनी बरीचशी अशी कामे निकाली काढली ज्यांच्यावर अनेकांचे एकमत होत नव्हते. त्यात तरावीहच्या रकअतींचाही समावेश आहे. उमर यांनी सर्व निर्णय स्वतःहून घेतले नाही. त्यांनी एक शिष्टमंडळ नेमले, ज्यात पैगंबरसाहेबांचा सहवास लाभलेले सर्व थोर सिहाबी (सोबती) होते. अडचणीच्या प्रत्येक क्षणी हज़रत उमर त्यांची बैठक बोलवायचे. त्यांच्या समवेत सल्लामसलत करून नंतरच निर्णय द्यायचे. त्यांच्यात काही मतभेद आढळले आणि एकमत होणे कठीण दिसले तर जो गट सत्याच्या निकट दिसेल, तेव्हा आपले मत (कास्टिंग व्होट) त्याच्या बाजूने द्यायचे. कुठलाही निर्णय घेताना ते फक्त डोकी मोजत नसून डोक्याच्या शक्तीचा विचार करत असत.

तरावीहच्या रकअतींच्या संख्येत एकमत त्यांनीच घडवून आणले. रकअतींची संख्या २० असावी आणि त्यात संपूर्ण कुरआन पठण करावे हा निर्णय त्यांच्या कारकिर्दीतला होता. आता त्यात कुठलेही फेरबदल शक्य नाही. कारण त्या दर्जाची धर्मतत्त्वज्ञान जाणणारी माणसे आता प्रलयापर्यंत उपलब्ध होऊ शकणार नाहीत.

महिलांची तरावीहची नमाज़

प्रकाशन दिनांक : २०-८-२०११

ज्या प्रकारे मुस्लिम पुरुषांवर रमज़ान महिन्यात अतिरिक्त पढल्या जाणाऱ्या तरावीहच्या नमाज़ाचा पैगंबरी आदेश आहे, त्याच प्रकारे महिलांना ही नमाज़ अनिवार्य करण्यात आली आहे. ही नमाज़ कुठे व कशी पढायची, याचा निर्णय मात्र स्त्रियांनी स्वतः घ्यावयाचा आहे.

पुरुषांबरोबर महिलांना मशिदीत जाता येत नाही म्हणून त्यांनी तरावीहची नमाज़ आपापल्या घरातच पढावी. ही नमाज़ पढणे त्यांच्यावरही बंधनकारक आहे. परंतु, महिलांची नमाज़ म्हटले की अनेक प्रश्न उद्‌भवतात. उदाहरणार्थ, (१) त्यांनी उभे राहून पढावी की बसून पढावी? (२) महिलेने इतर महिलांना नमाज़ पढवली (इमामत केली) तर चालते का? (३) त्यांना संपूर्ण कुरआन मुखोद्‌गत नसेल तर त्यांनी काय पठण करावे? (४) रमज़ान महिन्यापुरते एखाद्या जागेत किंवा मशिदीत महिलांसाठी वेगळी व्यवस्था केली असेल तेथे महिला जाऊ शकतील का? असे अनेक प्रश्न आहेत जे वारंवार विचारले जातात. खाली आम्ही काही प्रमाणात त्यांचा उलगडा करण्याचा प्रयत्न करीत आहोत.

१) स्त्री आजारी असेल किंवा उभे राहून नमाज़ पढल्याने तिला त्रास होत असेल, तर अशी महिला बसून नमाज़ पढू शकते. ती महिला किती आजारी आहे, त्याचे मापदंडही शरीअतने आकारले आहेत. जी महिला वस्तू खरेदी करण्यासाठी बाजारात जाऊ शकते म्हणजे 'शॉपिंग' करायला जात असेल तिने बसून नमाज़ पढलेली चालणार नाही.

२) महिला, इतर महिलांची इमामत करू शकते. मात्र, तिच्या मागे पुरुषांची नमाज़ होऊ शकत नाही.

३) महिलांना संपूर्ण कुरआन मुखोद्‌गत नसेल, तर त्यांनी जेवढे कुरआन पाठ आहे तेच पठण करावे. संधी मिळाल्यास हाफ़िज़ महिलांचा लाभ घ्यावा.

४) महिलांना रमज़ान महिन्यापुरते मशिदीतून किंवा एखाद्या वेगळ्या जागी तरावीहच्या नमाज़ात संपूर्ण कुरआन ऐकवण्याची सोय करण्यात आली असेल, तर अशा ठिकाणी त्या जाऊ शकतात.

तणावापासून मुक्तीचा महिना!

प्रकाशन दिनांक : २१-८-२०११

जी माणसे ईश्वर (अल्लाह) एक आहे असे मानत नाहीत, ते नेहमी व्याकूळ आणि त्रस्त असतात. कुणा एकावर विश्वास न ठेवल्याने त्यांचा विश्वास कुणावरच बसत नाही. आजार लवकर बरा झाला नाही तर ते सारखे डॉक्टर बदलत असतात आणि नवनवीन डॉक्टरांच्या आधुनिक प्रयोगांना सामोरे जाऊन स्वतःचे स्वास्थ्य गमावून बसतात, अन् प्रसंगी लवकर मृत्यू पावतात. काही वेळा एका ईश्वराला मानणारेसुद्धा कळत-नकळत अनेकांची उपासना करू लागतात आणि त्यांना याची जाणीवही होत नाही. जसे, आजार बरे झाल्यावर आपण अमुक डॉक्टरांमुळे बरे झालो किंवा अमुक औषधांमुळे बरे झालो असे मानतो त्या क्षणी अल्लाहची जाणीव मनातून निघून जाते आणि त्या जागी डॉक्टर किंवा औषध स्थायी होते. अशा प्रकारे कधी आपण पैसा, व्यवसाय, कला, बँक, साहेब, नोकरी, वाहन, शक्ती, माणसे, पती, पुत्र, पत्नी, मुले, माल, दुकान, कारखाने इत्यादींना आपला संरक्षणकर्ता किंवा उपजीविकेचे साधन समजतो; परंतु तसे मुळीच नाही. पवित्र कुरआनात संपत्ती आणि अपत्याला 'उपद्रव' म्हणण्यात आले आहे. ते नीट राहिले तर ठीक, नाही तर या गोष्टी जीव घेतल्याशिवाय राहत नाहीत.

रमज़ानचा महिना उपासकाला अनेक ईश्वरांच्या गुलामीतून काढून एका ईश्वराच्या सान्निध्यात पोहोचवतो. त्याचे एकमेव कारण असे, की प्रत्येक उपासना करताना ती दिसते. नमाज़, हज्ज, दानधर्म अशा उपासना पार पाडत असताना भौतिक रूपाने त्या दिसून येतात. परंतु उपवास करताना तसे काही दिसून येत नाही. उपवासधारकाचा संबंध थेट अल्लाहबरोबर असल्याकारणाने उपासक तणावमुक्त असतो. त्याला कुणाची तमा राहत नाही, कारण त्याला माहीत आहे, माझ्या या तहानलेपणाचा आणि उपाशीपोटी राहण्याचा मोबदला अल्लाह स्वहस्ते देणार आहे. म्हणून मला कुणाचीच गरज नाही.

सतत ३० दिवस म्हणजे सुमारे ७२० तास एकच ध्यान बाळगल्याने उपासकाला सात्त्विक राहण्याची सवय लागते. प्रत्येक गोष्टीच्या प्राप्तीसाठी तो फक्त अल्लाहवर अवलंबून राहतो. धूप-अंगारा, भूतप्रेत, बुवाबाजी आणि ज्योतिष्यांच्या भानगडीत पडत नाही.

आध्यात्मिकतेकडे पहिले पाऊल!

प्रकाशन दिनांक : २२-८-२०११

थकवा आणि तणाव यामध्ये जसा फरक आहे तसाच मानसिक आणि शारीरिक तणावामध्ये फरक आहे. डॉक्टरांच्या मते, शारीरिक तणावापेक्षा मानसिक तणाव जास्त धोकादायक आहे. शारीरिक काम करणाऱ्या माणसाला सहा-सात झोप मिळाली की तो ताजातवाना होतो; परंतु बौद्धिक काम करणाऱ्याला किमान नऊ तास झोप हवी असते. कारण, शरीरातील मांसपेशींची झीज लवकर भरून निघते; पण मज्जातंतूच्या पेशींची झीज भरून निघायला वेळ लागतो. माणूस शारीरिक काम आठ तास करू शकतो; परंतु बौद्धिक काम पाच तास केल्याने तो थकतो. यासाठी शाळा, महाविद्यालये, विद्यापीठे, न्यायालये हे कारखान्यांसारखे आठ-आठ तास चालत नाहीत. त्यांच्या कामाची मर्यादा पाच-सहा तासांपेक्षा जास्त नसते.

रमज़ानचा महिना आल्हाददायक महिना आहे. काही लोक त्या महिन्याला विनाकारण तणावाचा महिना समजतात. सेहरी (उत्तररात्रीची न्याहरी) खाण्याकरिता पहाटे उठावे लागते, एवढे मात्र खरे. आज प्रत्येक घरात दोन-दोन, तीन-तीन गजर असलेले घड्याळ, मोबाइल, लँडलाइन, टीव्हीसारखी वेळेवर जागे करण्यासाठीची अलार्म यंत्रे आहेत. शिवाय मोहल्ल्यातून सेहरीसाठी जागे करणारे लोक (फकीर वगैरे) नियुक्त केलेले असतात, म्हणून पहाटे जागे होणे आता फारसे मुश्कील राहिले नाही.

उपवास केल्याने थोडासा शारीरिक ताण पडल्याची जाणीव प्रत्येक उपवासधारकाला होतेच आणि अल्लाहला तेच अभिप्रेत आहे. स्वतःची भूक आणि तहानेचा अनुभव न घेता आपण इतरांच्या या यातनेचा अनुभव करू शकत नाही. रमज़ानचा महिना फक्त स्वत:करिता न जगता, इतरांकरिता जगण्याचे प्रशिक्षण देतो आणि या सर्व शारीरिक यातना मनुष्य अल्लाहची प्रसन्नता प्राप्तीकरिता करत असल्यामुळे त्यात आध्यात्मिकताही समाविष्ट होते. रमज़ानचा मुख्य हेतू याच आध्यात्मिकतेची प्राप्ती आहे. आध्यात्मिकतेकरिता फार मोठे चिंतन, मनन, स्वामी, मौलवी किंवा द्रव्य लागत नाही. मानवाला आणि ईश्वराला खूष करणारी छोटीछोटी कामेसुद्धा आपणास मोठ्यातला मोठा अध्यात्मवादी बनवू शकतात.

ईश्वराला काहीच नको आहे!

प्रकाशन दिनांक : २३-८-२०११

पवित्र कुरआनमध्ये ईश्वर कोण व कसा आहे, याचा अनेक ठिकाणी उल्लेख करण्यात आला आहे. एका ठिकाणी म्हटले आहे, '(हे प्रेषित!) सांगा. तो अल्लाह एकमेव आहे. अल्लाह सर्वांपासून निरपेक्ष आहे आणि सर्व त्याचे गरजवंत आहेत. न त्याची कुणी संतती आहे न तो कुणाची संतती. कुणी त्याच्या समान नाही.' (सूरह अलइख़लास : ११२:४)

आणखी एके ठिकाणी काही विश्लेषण करण्यात आले आहे,

'अल्लाह तो चिरंतनजीवी आहे. ज्याने तमाम सृष्टीचा भार सांभाळलेला आहे. त्याच्याशिवाय इतर कोणीही ईश्वर नाही. तो झोपतही नाही आणि त्याला झोपेची गुंगीही येत नाही. पृथ्वी आणि आकाशात जे काही आहे, ते त्याचेच आहे. असा कोण आहे जो त्याच्यापुढे त्याच्या परवानगीशिवाय शिफारस करू शकेल? जे काही दासांच्या समक्ष आहे, त्यालाही तो जाणतो आणि जे काही त्यांच्यापासून अदृश्य आहे, त्यालाही तो जाणतो. त्याच्या माहितीपैकी कोणतीही गोष्ट त्यांच्या बुद्धिकक्षेत येऊ शकत नाही. या व्यतिरिक्त एखाद्या गोष्टीचे ज्ञान तो स्वतःच त्यांना देऊ इच्छित असेल, त्याचे राज्य आकाश आणि पृथ्वीवर पसरले आहे. त्यांचे संरक्षण काही त्याला थकवून सोडणारे काम नव्हे, फक्त तोच एकटा महान व श्रेष्ठ आहे.' (अल्‌बक़रा : २:२५५)

अल्लाह माणसाच्या घशाच्या शिरेपेक्षा अधिक त्याच्या निकट आहे. त्याची आज्ञा आहे की, 'तुम्ही मला फक्त हाक मारा, मी तुम्हाला होकार देईन!' ईश्वरापर्यंत पोहोचणे खूप सोपे आहे. त्याकरिता कोणी गुरू किंवा आश्रयदात्याची आवश्यकता नाही. तो जगाचा स्वामी, संसाराचा निर्माणकर्ता आणि आपणा सर्वांचा पालनकर्ता सतत आपल्या पाठीशी आहे. आवश्यकता आहे केवळ अंतःकरणाने त्याच्या आज्ञांचे पालन करण्याची व त्याच्या निर्मितीची सेवा करण्याची. त्यात मानव सर्वपरी आहे. तद्‌नंतर जनावरे, वातावरण, नैसर्गिक आणि सामाजिक सलोखादेखील ईश्वर भक्तीचाच एक मार्ग आहे. आपण मनःपूर्वक ईश्वराची भक्ती केली तर त्यात आपलेच कल्याण आहे, ईश्वराला काहीच नको आहे.

अत्यंत शुभ रजनी

प्रकाशन दिनांक : २४-८-२०११

रमज़ानचा संपूर्ण महिना अत्यंत शुभ, आल्हाददायक असला तरी त्यात अनेक असे आयाम आहेत, जे त्याच्या पुण्याईत आणि पवित्रतेत आणखी भर घालतात. त्यात एका विशेष रात्रीचा समावेश होतो, ज्याला 'शबे क़द्र' म्हणून संबोधले जाते. हे नाव उपासकांनी दिले नसून, अल्लाहने दिले आहे. पवित्र कुरआनमध्ये याचा उल्लेख आहे. या रजनीच्या स्वागतासाठी आणि लोकांना आदेश देण्यासाठी एक छोटासा अध्याय 'सूरए क़द्र' या नावाने अवतरित करण्यात आला आहे. त्याचा मराठी अनुवाद खालीलप्रमाणे :

'आम्ही याला (कुरआनाला) क़द्रच्या रात्री अवतरवले आहे. आणि तुम्हाला काय माहीत, 'क़द्रची' रात्र काय आहे? क़द्रची रात्र हजार महिन्यांपेक्षा अधिक उत्तम आहे. दूत आणि रूह (जिब्रईल अ.) त्यात आपल्या पालनकर्त्याच्या आज्ञेने प्रत्येक आदेश घेऊन उतरतात. ती रात्र पूर्णतः 'शांतीची' आहे... उषःकालापर्यंत...' (सूरह अलक़द्र : ९७:१-५)

कुरआनात असे म्हणण्यात आले आहे, की 'ही रात्र पूर्णतः शांतीची आहे आणि ही हजार महिन्यांपेक्षा बेहतर आहे.' याचा अर्थ असा, की या रात्री कुणी एकदा जरी अल्लाहचे नाम स्मरण केले तर ते हजार वेळा नामस्मरण केल्यासारखे होईल. एक रकअत नमाज़ पढली तर एक हजार रकअती नमाज़ पढल्यासारखे होईल. एक खंड कुरआनपठण केले तर त्याचे पुण्य एक हजार खंड कुरआनपठण केल्याइतके मिळेल. परंतु ही रात्र रमज़ानच्या संपूर्ण महिन्यात नेमकी कुठली आहे ते शोधणे कठीण आहे. पैगंबरसाहेबांच्या आदेशान्वये रमज़ानच्या अंतिम दहा रात्रींत आणि यातही विषम रात्रींत शोधावे, म्हणजे २१, २३, २५, २७ आणि २९ या विषम रात्रींत जागरण करून या रात्रीचा शोध घ्यावा.

चोहीकडे पसरलेली शांती, हळुवारपणे वाहणारे वारे, रात्रीच्या विशिष्ट काळात समुद्राचे पाणी गोड होणे, तापमान समतोल, नेमस्त आणि मवाळ राहणे, वगैरे या रात्रीची चिन्हे आहेत. हजार महिन्यांपेक्षा बेहतर अशा या रजनीचा आपणास शोध घ्यावा लागेल.

'शबे क़द्र'मधील उपासना

प्रकाशन दिनांक : २५-८-२०११

शबे क़द्र ही रात्र शंभर महिन्यांपेक्षा बेहतर आहे. तिला शोधणे हे उपासकाचे काम आहे. यासाठी काही तारखा सुचवण्यात आल्या असल्या तरी त्या रात्री नेमकी कुठली उपासना (इबादत) करावी, हे मात्र सुचवण्यात आलेले नाही. नमाज़, दुआ, जप (जिक्र), मुराक़िब (ध्यानधारणा), कुरआनपठण (तिलावत), ज़ियारते कुबूर (कब्रस्तानात जाऊन आपल्या मृत्यूची आठवण करणे) वगैरे आपण करू शकतो.

आपण कितीही मोठे उपासक असलो तरी आयुष्यभरातून आपल्या पाच वेळेची नमाज़ पूर्ण झालेली नसते. त्याचा एक सोपा उपाय म्हणजे या रात्रीत आठवणीने पूर्ण न झालेल्या नमाज़ी अदा करण्यात याव्या. नमाज़ पढण्याच्या या पद्धतीला 'कजा-ए-उमरी' (आयुष्यभरातील उरलेल्या नमाज़ची भरपाई) असे म्हणण्यात आले आहे. याची अधिक माहिती आपल्या मोहल्ल्यातील मशिदीच्या इमामसाहेबांकडून मिळू शकते.

महिलांनीही ही रात्र साजरी केली पाहिजे. त्यांनी केलेली वातावरणनिर्मिती व इतमामामुळेच घरातील मुले व पुरुष या रात्रीच्या पावित्र्याकडे आकर्षित होतात. इमानधारकांचे घर नेहमीच स्वच्छ आणि पवित्र असले पाहिजे. भिंतींवर शोभेसाठी तसबिरी लावणे वर्ज्य आहे. तसबिरी असल्याच तर हटवल्या पाहिजेत, ज्यामुळे पवित्र फरिश्त्यांचे (दूतांचे) आपल्या घरीही पदार्पण होईल आणि वर्षभर आपण सुखी व समाधानी राहू शकू. याचा अर्थ असा नाही, की एकदा या रात्रीत जागरण केले आणि मशिदीत अथवा घरात खूप मन लावून प्रार्थना केली तर वर्षभर काही करण्याची आवश्यकता नाही. उलट ही रात्र आपणास प्रत्येक रात्रीला शबेकद्रमध्ये परिवर्तित करण्याची शक्ती देते.

मोहल्ल्यात, बाजारात, रस्त्यावर इकडेतिकडे हिंडणे, हॉटेलातून, दुकानांच्या बाकांवर बसून विनाकारण गप्पा मारणे, गोंगाट करणे, मशिदीतून गटागटांत बसून गप्पा मारणे आणि विनाकारण बोलणे इत्यादी कृत्ये करणे म्हणजे या रात्रीचा अपमान आहे, हे विसरता कामा नये!

नवीन पिढीने पुढाकार घ्यावा!

प्रकाशन दिनांक : २६-८-२०११

मुस्लिम बांधवांचे फक्त दोनच सण. एक रमज़ान ईद (ईदुल-फ़ित्र) आणि दुसरे बक़्र ईद (ईदुल-अज़्हा). इदेमीलादुन्नबी म्हणजे पैगंबर हज़रत मुहम्मद (स.) यांच्या जन्मदिनी साजरा केला जाणारा उत्साह. हा केवळ मुस्लिम सण नसून सर्व मानवजातीचा सण आहे. या दिवसाला विनाकारण केवळ मुसलमानांचा सण म्हणून घोषित करण्यात आले आहे. पैगंबरसाहेब फक्त मुसलमानांचे प्रेषित नसून ते सर्व मानवजातीचे आणि संपूर्ण संसाराचे प्रेषित होते. पवित्र कुरआनातून दोनशेहून अधिक ठिकाणी त्यांच्या कार्याचा व त्यांच्या अस्तित्वाचा गौरवरूपी उल्लेख करण्यात आला आहे. एका आयती (श्लोका)मध्ये तर त्यांना 'वमाअर्सलनाक इल्ला रहमतल लिल आलमीन' (२१-१०७) (हे पैगंबर! आम्ही तुम्हाला पाठवले नाही, परंतु संपूर्ण संसारासाठी कृपा म्हणून तुम्ही अवतरलात.) मूळ अरबी भाषेत 'आलमीन' असा शब्दप्रयोग आहे. हे 'आलम' दुनियेचे अनेकवचन आहे. याचा अर्थ असा, संसारात जे काही आहे, त्या सर्व गोष्टींच्या संरक्षणार्थ किंवा हितासाठी पैगंबरसाहेबांना या धरतीवर पाठवून देण्यात आले आहे. उद्या चंद्रावर, समुद्रावर, पर्यावरणावर, डोंगरांवर, नदीवर, जंगलावर किंवा इतर ग्रहांवर काही अत्याचार होत असतील, तर पैगंबरसाहेब त्यांच्या संरक्षणासाठी उभे राहतील. आज पैगंबरसाहेब तर जगात नाहीत, परंतु त्यांची शिकवण आजसुद्धा पैगंबरसाहेबांनी वर्तवली त्या स्वरूपात उपलब्ध आहे. आता हे तरुण पिढीचे काम आहे, की पैगंबरसाहेबांची शिकवण अमलात आणण्याकरिता उठून उभे राहावे. मग तो दहशतवाद असो किंवा अतिरेक्यांनी केलेला बॉंबस्फोट असो.

आम्हास याची कल्पना आहे, की हे काम केवळ तरुण मुस्लिम करू शकणार नाहीत. त्यांनी कुठल्याही संघटनेची मदत न घेता सर्वप्रथम वैयक्तिक स्वरूपात शाळा व महाविद्यालयांमध्ये जाऊन, प्राचार्य व शिक्षकवर्गाची भेट घेऊन फक्त पैगंबरसाहेबांचे चारित्र्य व त्यांच्या शिकवणीची आठवण करून देण्याकरिता सवलत मागावी. आपल्या या प्रकल्पासाठी आपल्यासोबत इतर धर्मीय तरुणांना जरूर घेऊन जावे. या देशात काही नवीन घडवायचे असेल, तर सर्व धर्मीयांनी एकमेकांच्या जवळ येणे गरजेचे आहे. 'विना सहकार नाही उद्धार.'

तरुणींनी पुढे यावे!

प्रकाशन दिनांक : २७-८-२०११

मुस्लिमांना काही अटींवर वर्षातून दोन सण साजरे करण्याची अनुमती देण्यात आली आहे. हे दोन सण आहेत रमज़ान ईद आणि बक़्र ईद. हे दोन्ही सण साजरे करण्याची पहिली अट म्हणजे सूर्य उगवल्यानंतर ईदगाहमध्ये जाऊन सामूहिकरीत्या ईदची नमाज़ पढावी व इमामसाहेबांनी दिलेले प्रवचन ऐकावे. ईदची ही नमाज़ फार इतमामाने अदा करण्यात येते आणि ती वाजिब (अनिवार्य) आहे. ज्याने ही नमाज़ पढली नाही त्याला ईद साजरी करण्याचा काहीच हक्क नाही.

महिलांना मशिदीत जाता येत नाही, याचा अर्थ असा नाही, की त्यांना ईदची नमाज़ माफ आहे. त्यांनी आपल्या घरी शरीअतने आखून दिलेल्या पद्धतीनुसार नमाज़ अदा करावी. काही महिला एकत्रित येऊन नमाज़ पढत असल्या तरी चालेल. महिलांनीही ही नमाज़ पढली पाहिजे. आपल्या घरातील महिला ईदची आणि एरवीही सातत्याने नमाज़ पढताहेत की नाही, याची खबरदारी कुटुंबप्रमुखांनी घेत राहावी. घरातील महिला सुधारल्या की संपूर्ण कुटुंब सुधारते, कुटुंब सुधारले की समाज सुधारतो. समाज आध्यात्मिकरीत्या बळकट झाला की राष्ट्र बळकट होते. यासाठी समाजातील तरुणींनी पुढाकार घ्यावा. परिसरातील घरांना भेटी देऊन त्यांना खरी ईद काय व कशी आहे, याची जाणीव करून द्यावी.

'ईद' केवळ शरीर, घर अथवा मोहल्ल्याच्या सजावटीचे नाव नाही. आपल्या सर्व संवेदना, बुद्धिमत्ता, चेतना, विवेक, इंद्रिये आणि आपल्या पूर्ण अस्तित्वासह एका ईश्वरापुढे नतमस्तक होण्याचे नाव ईद आहे. ईद साजरी करण्याची संपूर्ण जबाबदारी घरातील स्त्रियांवर असते. नवीन पिढीतील तरुणी सुशिक्षित व सुधारणावादी आहेत. त्यांनी इयत्ता आठवीपासून अर्थशास्त्राचे शिक्षण घेतले असल्यामुळे त्यांना पूर्णपणे माहीत आहे की, गृहोपयोगी कोणत्या वस्तू तकलादू, टाकाऊ आणि फाजील असतात, आणि त्यांच्याविना गृहसजावट कशी करता येते. त्यांना माहीत आहे की, आपल्या परिसरातील किती घरांमध्ये चूल पेटत नाही आणि त्यांच्या मुलाबाळांना कुठल्या वस्तूंची किती गरज आहे?

ईद फक्त हर्षोल्हास आणि स्वतः पोट भरून खाण्याचे व नवीन कपडे परिधान करण्याचे नाव नसून, इतरांना त्यात सामील करून घेण्याचे नाव आहे.

❀

ईदचे सामाजीकरण झाले पाहिजे!

प्रकाशन दिनांक : २८-८-२०११

ईदची नमाज़ फक्त मुसलमानांवर वाजिब (अनिवार्य) असेल, परंतु 'शीरखुर्मा' कुणीही खाऊ शकतो, जैन बंधुसुद्धा. सकस दूध, त्यात केशर, सुकामेवा, तोही साजूक तुपात तळलेला, त्यात शेवया आणि खजूर, असा खमंग पदार्थ ज्याची मुस्लिम बांधवही वर्षभर वाट पाहतात.

लहानपणी ईदच्या दिवसाची आम्ही आतुरतेने वाट पाहायचो. शीरखुर्म्याकरिता नव्हे ईदीकरिता. आमच्याकडे ईदच्या दिवशी न्हाव्यापासून नेत्यांपर्यंत सर्व मंडळी यायची आणि जाताना आम्हाला 'ईदी' द्यायचे. श्रीमंत माणसे आम्हाला चार आणे, दोन आणे (चवली, पावली) द्यायचे आणि सर्वसाधारण पाहुणे दोन पैसे- एक आणा द्यायचे. त्या वेळी रस्ते अडवून आणि वाहतुकीला अडथळा आणून इफ्तार आणि ईदमीलनाचे कार्यक्रम होत नसत. दिवाळी आली की करंजी, कापण्या, अनारसे, शंकरपाळी आणि फराळाच्या अनेक वस्तूंचे डबेच्या डबे घरी यायचे. आम्ही वडिलांच्या हिंदू मित्रांकडे जायचो. ती नावे आणि घरे अजूनही आठवतात. त्यांच्या मुलांबरोबर खेळणे आणि दंगा-मस्ती करणे आज एक गोड स्वप्न पाहिल्यासारखे वाटते.

१९९२ आणि ९/११ नंतर जगात आणि विशेषतः भारतात द्वेष आणि तिरस्काराचे एक अवाजवी आणि कृत्रिम वातावरण निर्माण करण्यात आले आहे. एकमेकांवर विनाकारण संशय घेणे आणि एका समाजाच्या व्यक्तींना दहशतवादी समजणे, हे विचार फक्त त्या समाजापुरतेच नव्हे तर संपूर्ण भारताच्या अस्तित्वाला धोकादायक आहे. अशा कपटी विचारांना नाहीसे करण्याचे काम आपणा सर्वांचे आहे. त्यावर सोपा उपाय म्हणजे एकमेकांच्या घरी जाणे-येणे, एकमेकांना समजून घेणे, हेच होय. एखादा समाज पूर्णतः दहशतवादी किंवा अतिरेकी झाला तर आपला देश दोन मिनिटेसुद्धा चालू शकणार नाही, हे विसरता कामा नये. समाजात ही दरी निर्माण करण्याला फक्त राजकारणी माणसेच जबाबदार आहेत असे नाही. आपले दूषित दृष्टिकोन आणि निष्क्रियता हे सर्व याला जबाबदार आहेत, म्हणूनच प्रत्येक धर्मनिरपेक्ष घटनांचे राजकारण न होता, सामाजीकरण व्हायला हवे.

हे काम वयोवृद्धांपेक्षा तरुण पिढी जास्त जोमाने करू शकते.

संपूर्ण मानवजातीचा प्रतिनिधी

प्रकाशन दिनांक : २९-८-२०११

रमज़ान महिन्यातील प्रत्येक क्षण महत्त्वाचा असला तरी त्या महिन्यातील अंतिम दहा दिवस खूप महत्त्वाचे आहेत. याच दिवसात 'शबेकद्र'सारखी शुभ रात्र उपवासधारकांना लाभते. या दहा दिवसांत एक अन्य उपासनादेखील पार पाडली जाते, ज्याला 'एअतेकाफ़' म्हणतात.

मोहल्ल्याच्या प्रत्येक मशिदीतून संपूर्ण मोहल्ला किंवा वस्तीच्या वतीने किमान एक माणूस आपल्या प्रपंचाच्या दैनंदिन जीवनाला त्यागून आवश्यकतेनुसार कपडे आणि इतर वस्त्रे घेऊन मशिदीत जाऊन मुक्काम करतो आणि जास्तीत जास्त वेळ दुआ, नमाज़, कुरआनपठण (तिलावत), जप (जिक्र), मुराक़िब (ध्यानधारणा) इत्यादी उपासना करत राहतो.

घरापासून दूर, दैनंदिन कौटुंबिक जीवनापासून दहा दिवस एकाग्रतेने ईश्वराचे सामीप्य साधणे खूप महत्त्वाचे आणि मोठ्या जिकिरीचे आहे. एअतेकाफ़ एरवीही करता येतो; परंतु रमज़ानमध्ये संपूर्ण लोकवस्तीच्या वतीने कुणी एका माणसाने तो करणे आवश्यक आहे. तसे न केल्याने त्याचा तडाखा संपूर्ण वस्तीला बसण्याची शक्यता असते. एअतेकाफ़मध्ये बसलेला माणूस फक्त मुसलमान नागरिकांचा प्रतिनिधी नसून तो ईश्वरासमोर सर्व मानवजातीचे प्रतिनिधित्व करतो आणि सर्वांच्या कल्याणासाठी ईश्वरचरणी दुआ मागत असतो.

एअतेकाफ़मध्ये बरीच बंधने आहेत. तो मशिदीत राहत असला तरी मशिदीत कुठेही फिरू शकत नाही. मशिदीच्या इमारतीचा जो भाग मशीद म्हणून घोषित करण्यात आला आहे, तेवढ्या भागातच एअतेकाफ़धारक ये-जा करू शकतो. त्या मर्यादेबाहेर पाऊल पडले की तो इसम एअतेकाफ़मधून बाहेर पडला असे समजले जाते आणि पुढच्या वर्षी त्याची 'क़ज़ा' (पुनर्फेड) म्हणून एअतेकाफ़ धारण करावे लागते. म्हणून एअतेकाफ़मध्ये बसणाऱ्यांनी खूप दक्ष राहावे लागते. त्याचे जेवण, स्नान वगैरे सर्व गोष्टी मशिदीमधूनच पूर्ण करावे लागतात.

आकाशात ईदचा चंद्र उगवला किंवा चंद्रदर्शनाची अधिकृतरीत्या घोषणा झाली की अल्लाहचे उपकार मानत आणि दुआ मागत एअतेकाफ़कर्ता बाहेर पडतो; आणि एक नवीन उत्साह व तेजस्वी मन घेऊन आपल्या कामांवर रुजू होतो.

ईदुल-फ़ित्र : उपवासाची सांगता

प्रकाशन दिनांक : ३१-८-२०११

ईदचा दिवस, लाख मोलाचा दिवस. महिनाभराचे उपवास संपल्याचे एक प्रतीक म्हणून हा दिवस साजरा केला जातो. या सणाला सर्वसाधारणपणे 'रमज़ान ईद' असे संबोधले जाते; परंतु याचे शास्त्रशुद्ध नाव 'ईदुल-फ़ित्र' असे आहे. म्हणजे उपवासाचा महिना संपल्याची ईद. रोज़ा सोडण्याच्या विधीला 'इफ्तार' असे नाव आहे.

ईदुल-फ़ित्रच्या नमाज़ला जायच्या आधी आणखी एक आर्थिक उपासना पार पाडावी लागते आणि ती आहे 'सद्क-ए-फ़ित्र'; म्हणजेच ईदच्या नमाज़ाच्या आधी करण्यात येणारे दान. हे दान फक्त श्रीमंतच करतील, असे नाही. प्रत्येक मुस्लिम व्यक्तीने हे दान करणे आवश्यक आहे. याकरिता आपणास 'साहिबे निसाब' म्हणजे ९० ग्रॅम सोने अथवा ६३० ग्रॅम चांदी इतक्या संपत्तीचे मालक होणे गरजेचे नाही. प्रत्येक व्यक्तीने तो खात असलेले पावणेदोन किलो गहू अथवा त्याची किंमत गरिबांमध्ये वाटप करायची आहे. घरातील लहान मुलांच्या वतीने त्यांच्या पालकांनी हे दान करावे. या मागचा उद्देश एवढाच की, ईदचे प्रसन्न वातावरण फक्त आपल्या घरापुरतेच सीमित न राहता त्याचे सामाजीकीकरण व्हावे आणि समाजातील खालच्या पातळीवरील परिवारदेखील आपल्या बरोबरीने खुशीत सामील व्हावेत. काही कारणास्तव ईदच्या नमाज़ाआधी हे दान करता आले नाही तर नमाज़ झाल्यानंतरही आपण हे दान करू शकता.

ईदचा दिवस अल्लाहकडून उपवासधारकाला त्याला मिळणाऱ्या मोबदल्याचा दिवस आहे. हा दिवस अत्यंत महत्त्वाचा असून त्याला गप्पागोष्टी किंवा नाचगाण्यात वाया घालवू नये. हा दिवस एक पवित्र व आध्यात्मिक उन्नतीच्या दिवसाच्या रूपाने व्यतीत करावा.

आजचा दिवस सर्वधर्मसमभाव आणि सामाजिक सलोखा साधण्याचाही दिवस आहे. आपण राहतो त्याच्या भोवतालच्या परिसराचा आपणावर प्रथम हक्क आहे. सीमेवर फौजा तैनात करून आपले संरक्षण होणार नाही. आपला सर्वांत मोठा संरक्षक आपला शेजारी आहे. इस्लामी शरिअतमध्ये शेजारधर्माला फार महत्त्व देण्यात आले आहे. या शेजारधर्माला भाषा, पंथ, जात किंवा धर्माचे बंधन नसते. ईदच्या दिवशी या शेजारधर्माचे पालन करावे व प्रत्येकासाठी आपली दारे उघडावी.

विश्वासाचा भक्कम पाया!

प्रकाशन दिनांक : २१-७-२०१२

धर्म कुठलाही असो, त्याला जगात सुसज्जपणे टिकण्याकरिता किमान दोन बाबींची आवश्यकता असते : एक आहे 'विश्वास' (निष्ठा) आणि दुसरी आहे 'कर्मकांड'. मनुष्य हा कामाची टाळाटाळ करणारा एक आळशी प्राणी आहे. पवित्र कुरआनने त्याला 'जलूमन-जहूला', 'मोठा अत्याचारी आणि अज्ञानी'ची उपाधी दिली आहे. मनुष्य हा जबाबदाऱ्या स्वीकारूनसुद्धा त्या पूर्ण करत नाही म्हणून इस्लामी शरीअतने आपल्या अनुयायांना काही किमान आणि काही सविस्तर बाबींवर आदेशपूर्वक पूर्ण विश्वास ठेवण्याचा हुकूम दिला आहे. त्यातील किंचितही कुचराई माणसाला इस्लाम धर्माच्या चौकटीबाहेर काढू शकते. ज्या बाबींवर विश्वास ठेवणे अत्यंत आवश्यक आहे, त्यात सर्वप्रथम आहे 'ईमान', म्हणजे 'ला इलाहा इल्लल्लाहु मुहम्मदुररसूलुल्लाह' (अल्लाह शिवाय कुणीही पूजनीय नाही आणि मुहम्मद त्याचे प्रेषित आहेत) हाच इस्लामचा मूलमंत्र आणि एकेश्वरवाद किंवा अद्वैतवाद याचा दुवा आहे. इस्लाम म्हणजे एकेश्वरवाद आणि प्रेषित हज़रत मुहम्मद (स.) यांच्यावर पूर्ण निष्ठा, अल्लाहचे आदेश म्हणजे 'कुरआन' आणि पैगंबरसाहेबांचे निवेदन आणि वर्तन म्हणजे 'हदीस', याच्या समन्वयातून इस्लामी शरीअतची (धर्मकायद्याची) निर्मिती झाली आहे. ही शरीअत प्रलयापर्यंत मुस्लिम बांधवांचे एकूण वैचारिक, आध्यात्मिक आणि विश्वासाच्या पवित्रतेचे संरक्षण कवच आहे. पैगंबरसाहेबांचे जीवन एका माईक्रोफिल्मसारखे आहे. ज्यात मानवासमोर प्रलयापर्यंत येणाऱ्या प्रत्येक प्रसंगांचा उल्लेख आहे. आधुनिक काळातही मानवी जीवनासमोर उभ्या राहणाऱ्या प्रश्नांचे उत्तर आपण पैगंबरसाहेबांच्या शिकवणुकीत शोधू शकतो.

इस्लाम धर्मामध्ये प्रत्येक आधुनिक प्रयत्नांना प्रोत्साहन देण्यात येत असले तरी इस्लामचे धोरण 'अबाहत पसंदी' (सर्वकाही चालेल किंवा असे केले तरी चालते-तसे केले तरी चालेल) असे नाही. मूळ विश्वासावर आघात न होऊ देता आपण सर्वकाही करू शकता. आपण म्हणाल की, मला नमाज़ मान्य आहे; परंतु उपवास माझ्याकडून होणार नाहीत, असे अजिबात चालणार नाही. इस्लामची पकड आपल्या अनुयायांवर अत्यंत मजबूत आहे आणि एकूण समाजरचनाच अशी आहे की त्यात मानवी चुकांना स्वतःहून दुरुस्त करून घेण्याची क्षमता आणि वातावरणनिर्मिती झाली आहे. बेशिस्त, बेजबाबदार आणि

अत्याचारी व धार्मिक विधींचा अनादर करणाऱ्या माणसाला मुस्लिम समाज कदापि आश्रय देत नाही, तसेच इतर धर्मीयांच्या आस्थांचा किंवा व्यक्तींचा अनादर करणाऱ्यालादेखील मुस्लिम समाज स्वीकृती देत नाही. मुस्लिम समाजात धार्मिक शिक्षणाची आणि सर्वसामान्य माणसांकडून कुरआन पठण करून घेण्याची एक स्वयंचलित व्यवस्था आहे. प्रत्येक मशिदीतून हे कार्य वर्षभर सुरू असते म्हणून अल्लाह आणि त्याच्या प्रेषितांवर अखंडित निष्ठा राखणे, ही मुस्लिम समाजाची एक ओळख बनली आहे.

विश्वास आणि श्रद्धा!

प्रकाशन दिनांक : २२-७-२०१२

'विश्वास' आणि 'श्रद्धा', हे दोन्ही पारिभाषिक शब्द असले; तरी त्यात खूप अंतर आहे. अरेबिक भाषेत त्यांना 'अक़ीदा' आणि 'अक़ीदत' असे म्हणतात. अक़ीदा (विश्वास) आदेशपूर्वक आणि विशेषतः ईश्वरी आदेशानुसार असते. परंतु, अक़ीदत (श्रद्धा) काही गोष्टी वारंवार करत असल्याने त्या विधी किंवा व्यक्ती किंवा स्थानाबद्दल एक प्रकारचा आदरभाव निर्माण झाल्यामुळे माणसाच्या मनातील निर्मळ भावना अस्तित्वात येते. ज्याचा संबंध कुठल्याही आज्ञा वा आदेशाशी नसून केवळ भावनात्मक असतो. इस्लामी आचारसंहितेत श्रद्धेला स्थान आहेच आहे. परंतु, ईश्वरी आज्ञांवर माणसाचा किती विश्वास आहे, त्याला जास्त महत्त्व आहे. उदाहरणार्थ, इस्लामी विश्वासप्रणालीचा मूलमंत्र अद्वैतवाद किंवा एकेश्वरवाद आणि हज़रत मुहम्मद (स.) हे अल्लाहचे अंतिम प्रेषित आहेत, यावर आहे. त्याचबरोबर स्वर्ग, नरक, न्यायनिवाड्याचा दिवस, अल्लाहचे फरिश्ते (ईशदूत), एकूण आकाशी पुस्तके, सर्वप्रेषित, पापपुण्य आणि मृत्यूनंतर अल्लाहसमोर उभे केले जाणे इत्यादी बाबीदेखील विश्वासाच्या वर्तुळात येतात. एका इमानधारकाला या सर्व गोष्टी मान्य असल्या पाहिजेत आणि त्याच वेळी आपले इमान शाबूत राखण्याकरिता आणि त्याची ग्वाही देण्याकरिता अंतःकरणापासून कबुली देण्यासही नेहमी तयार राहावे व त्याकरिता मोठ्यात मोठी कुर्बानी देण्यास तत्पर असावे, हीच इमानची खरी कसोटी आहे. काही लोक यातून पळवाट काढतात.

जितकी श्रद्धा ते पैगंबरसाहेबांवर ठेवतात, ईश्वरी आदेशांचे ते इतक्या जोमाने पालन करत नाहीत. जितक्या श्रद्धेने ते इदेमीलादुन्नबी (पैगंबर जयंती)च्या मिरवणुकीत सामील होताना दिसतात आणि त्याकरिता ईश्वरी आदेशाची प्रथम शिडी म्हणजे नमाज़लादेखील दुय्यम दर्जा देतात, त्यांची हीच कृती काही वेळा इतर प्रार्थनापद्धतीतसुद्धा दिसून येते. इस्लामी तत्त्ववेत्त्यांनी अशा सवयींना आणि चालीरीतींना 'इफ्रातो- तफरीत' असे नाव दिले आहे. म्हणजे, जे मला मान्य आहे आणि मला जे पसंत पडते, तेच मी करत राहणार; म्हणजे काही गोष्टी भरपूर, तर काही गोष्टी तुरळक. इस्लामी शरीअतला हे मान्य नाही. इस्लामी जीवन, एका समतोल जीवनाचे नाव आहे. ते गुलाबाच्या फुलासारखे सर्व बाजूंनी सारखे उमललेले असावे.

इमान किंवा विश्वासानंतर सर्वात महत्त्वाचे आयाम प्रार्थनापद्धती (इबादात)चे आहे. प्रत्येक मुस्लिम बांधवावर चार प्रकारच्या प्रार्थना अनिवार्य करण्यात आल्या आहेत : (१) सलात (नमाज़), (२) सौम (रोज़ा-उपवास), (३) ज़कात, (४) हज्ज.

नमाज़ : दिवसातून पाच वेळा नमाज़ पढणे.

उपवास : रमज़ानचा संपूर्ण महिना (३० दिवस) उपवास करणे. .

ज़कात : जमा झालेल्या पुंजीवर २.५% दान करणे आणि

हज्ज : ही यात्रा आयुष्यातून केवळ एकदा करणे.

नमाज़-रोज़ा या उपासना प्रत्येक मनुष्य आणि सर्वसामान्य व्यक्तीही करू शकते; परंतु ज़कात आणि हज्ज श्रीमंत लोकच करू शकतात. या प्रार्थनापद्धतींतदेखील इफ्रातो-तफरीत (न्यूनाधिक्य किंवा तारतम्य) शरीअतला मान्य नाही.

प्रथम क्रमांकाची उपासना

प्रकाशन दिनांक : २३-७-२०१२

इस्लाम एक प्राधान्यतावादी जीवनप्रणाली आहे. उचित वेळी, उचित कृती एरवीही फायदेशीर ठरते, परंतु धार्मिक व अध्यात्मवादी जीवन व्यतीत करत असताना ठरावीक प्रसंगी उचित कृती करण्याला खूप महत्त्व आहे. इस्लाम, स्वतःच्या मर्जीनुसार जीवन व्यतीत करण्याचे नाव नाही. आपल्या जीवनाचा प्रत्येक क्षण मौल्यवान आहे आणि तो कसा वापरात आणावा, त्याचा प्रत्यय पैगंबरसाहेबांनी स्वतः आपल्या जीवनातून संपूर्ण मानवजातीला दिला आहे. पैगंबरसाहेबांच्या पवित्र जीवनाच्या अध्ययनाने जीवन सोपे आणि सुरळीत व 'अल्लाहच्या मर्जीचे' जगता येते.

जप करत बसलेल्या डॉक्टरापेक्षा रुग्णांना तपासणारा डॉक्टर केव्हाही बरा. त्याचप्रमाणे कामाच्या वेळी काम आणि उपासनेच्या वेळी उपासना, याला फार महत्त्व आहे. रमज़ान महिन्यातील प्रथम क्रमांकाची उपासना म्हणजे 'उपवास राखणे' हेच होय. बाकीच्या सर्व उपासना या मुख्य उपासनेला अनुषंगून राहतात. उपवासाच्या दरम्यान पाच वेळची नमाज़, तरावीह (रमज़ानची अतिरिक्त नमाज़), कुरआनपठण, तहज्जुद (उत्तररात्रीची नमाज़) ज़कात (गोरगरिबांमध्ये रकमेचे वाटप), जप, ईदच्या आदल्या दिवशी फ़ित्रा (दानधर्म), एअतेक़ाफ (मशिदीत एकांतवास) इत्यादी उपासना रमज़ान महिन्यातील अल्लाहला प्रिय अशा उपासना आहेत. परंतु एखाद्या सुजाण, प्रौढ आणि निरोगी व्यक्तीने उपवास न राखता बाकीच्या सर्व प्रार्थना पार पाडल्या, तर अशा कृत्याचा काहीच उपयोग होणार नाही. केलेल्या उपासनांचे पुण्य जरूर मिळेल, मात्र उपवास न राखण्याचा ईश्वरासमोर जाब विचारला जाईल आणि मृत्यूनंतर त्याच्या यातना भोगाव्या लागतील.

इस्लामी शरिअत एक शिस्तबद्ध जीवनप्रणाली (संविधान) आहे. द्रुतगती आगगाडीला जसे भक्कम रेल्वेमार्ग लागतात, तसेच शास्त्रशुद्ध मानवी जीवनाला विश्वासाचा आणि ईश्वरी आदेशांचा पाया लागतो. व्यक्तिगत पसंती आणि नापसंतीला तेथे मुभा नाही किंवा कुठल्याही धर्ममार्तंडाच्या मर्जीची येथे दखल नाही. जे काही आहे ते लिखित आहे. कुरआन, हदीस आणि फ़िक़्ह (इस्लामी कायद्याचे) ग्रंथ उघडा, तुमच्या प्रत्येक प्रश्नाचे उत्तर तुम्हाला सापडेल. काही अडीअडचणी भासत असतील तर मातब्बर उलेमांबरोबर सल्लामसलत करा. आजच्या युगात सर्व उत्तरे ऑनलाइन उपलब्ध आहेत.

तुमच्या मर्जीनुसार धर्म चालत नसेल, तर याचा अर्थ असा नाही की इस्लामी शरिअत क्रूर आणि निर्दयी आहे. जितक्या सवलती इस्लामी धर्मकायद्याने मानवाला दिल्या आहेत, तेवढ्या सवलती मानवनिर्मित कायद्यानेदेखील मानवी समाजाला दिल्या नाहीत. पवित्र कुरआनमध्ये चक्क म्हणण्यात येत आहे,

'ला इक्राहा फिद्दीन...!' (धर्माच्या बाबतीत कोणतीही जोरजबरदस्ती नाही. सत्य असत्यापासून वेगळे केले गेले आहे.) (अल्‌बक़रा : ३:२५६)

उभे राहून नमाज़ पढता येत नसेल तर बसून पढ, बसून पढता येत नसेल तर अंथरुणावर पडून पढ; तसेही जमत नसेल तर बोटाच्या इशाऱ्याने पढ, आजारामुळे किंवा कठीण प्रवासामुळे रमज़ानचे उपवास होत नसतील तर त्यांना क़ज़ा (तहकूब) कर आणि नंतर त्यांची पूर्ती कर. कत्तलीसारखा- कंठस्नानाची शिक्षा मिळण्यायोग्य असलेला गुन्हा घडला असेल आणि उभयतांनी एकमेकांना माफ केले असेल तर शरिअतला तसेदेखील मान्य आहे.

मुलांना शैक्षणिक दारिद्र्यरेषेखालून काढा

प्रकाशन दिनांक : २६-७-२०१२

जशी आर्थिक दारिद्र्यरेषा असते, तशीच शैक्षणिक दारिद्र्यरेषाही असते. भारतात ती अजून आखली गेली नाही किंवा आपण त्याचा अद्याप विचारदेखील केला नाही, ही गोष्ट वेगळी. शैक्षणिक दारिद्र्यरेषेचा अर्थ आहे, आयुष्यभर निरक्षर राहणे. कुठल्याही भाषेचा एकही शब्द वाचता न येणे, यापेक्षा दुर्दैवी बाब आणखी काय असू शकते? निरक्षर राहणे हे केवळ पीर-पैगंबरांना अथवा प्रेषितांना शोभू शकते; कारण त्यांचा शिक्षक स्वतः ईश्वर आहे आणि अल्लाहच्या खजिन्यातून त्यांना जे ज्ञान पुरवले जाते, त्या ज्ञानाचा आपण विचारसुद्धा करू शकत नाही. प्रेषित हज़रत मुहम्मद (स.) स्वतः 'उम्मी' होते. त्यांना लिहिणे-वाचणे अवगत नव्हते; परंतु त्यांच्या ज्ञानाच्या ज्योतीने संपूर्ण जगाला प्रकाशमय करून टाकले आहे. ही निरक्षरता सर्वासामान्यांकरिता मात्र हानिकारक आहे. त्याचा परिणाम देशाच्या प्रगतीवर होतो आणि जागतिक पातळीवर आपला मागासलेपणा कायम राहतो.

प्रवासाच्या दरम्यान आपल्याला अशीही माणसे भेटतात, ज्यांना घड्याळ पाहता येत नाही, त्यांना वेळेची कल्पना नाही. उजेड झाला की सकाळ, भूक लागली की दुपार, दिवे लागले की सायंकाळ आणि झोप आली की रात्र, हेच त्यांचे घड्याळ. ही दृश्ये फक्त खेडेगावातच नव्हे, तर शहरातही पाहायला मिळतात. अक्षर ओळखणे त्यांच्या नशिबात नाही. हीच शिक्षणाच्या दारिद्र्यरेषेखालची माणसे.

गोष्ट येथेच संपली नाही. सध्या भारतीय समाज इंग्लिश माध्यमातून शिक्षण घेण्यात गर्क आहे. ही चांगली गोष्ट आहे; परंतु इंग्लिशच्या भडिमारामुळे कुटुंबातून सिंधी, पंजाबी, गोरमुखी, मराठी, उर्दू, अरेबिक, गुजराती इत्यादी मातृभाषा बोलणारी आणि वाचणारी मुले नाहीशी झाली आहेत आणि त्याचा दुष्परिणाम नैतिक व धार्मिक मूल्यांवर होत आहे. कारण सर्व पुराण-पोथी बिगर इंग्लिश भाषेतूनच आपल्या समाजात उपलब्ध आहेत. हे शिक्षणाचे असे दारिद्र्य आहे. ते ओलांडणे सात समुद्र ओलांडण्यापेक्षा जास्त कठीण आहे.

प्रत्येक मुसलमानाने आपल्या आयुष्यातून किमान एकदा तरी संपूर्ण कुरआन वाचून काढणे आवश्यक आहे. मुलाला अरेबिक भाषेची अक्षरेच कळत नसतील तर तो कुरआन वाचणार कसा? त्यावर आम्ही एक तोडगा शोधला आहे.

हा रमज़ानचा महिना आहे. मुस्लिम मोहल्ल्यातील प्रत्येक मशीद व गल्लीबोळ

कुरआनपठणाच्या स्वरांनी दुमदुमून गेल्या आहेत. आपणही आपल्या घराच्या आसपासची दहा-बारा मुले गोळा करा. कुरआनच्या तेवढ्या प्रती उपलब्ध करून घ्या आणि एका हाफ़िज़ साहेबांची मदत घ्या आणि पवित्र पोथीचे पहिले पान उघडून प्रत्येक आयतीवर (श्लोकावर) मुलाचे बोट फिरवून प्रत्येक ओळ दोनदा वाचून काढा. अक्षर जुजबी गोष्ट आहे, कुरआनचे स्वर मुख्य आहेत. संपूर्ण कुरआन आणि जगातले सर्व ज्ञान केवळ १८ स्वरांवर आधारित आहेत. एका आठवड्यात तुम्हाला दिसून येईल, की मुले अक्षरे ओळखायला लागली आहेत.

महासत्ता का कोसळल्या?

प्रकाशन दिनांक : २७-७-२०१२

इस्लामी अर्थव्यवस्थेत ज़कातीला खूप महत्त्वाचे स्थान आहे. येथे ज़कात म्हणजे नगरपालिकेमार्फत आकारला जाणारा कर नसून, अल्लाहच्या आदेशानुसार प्रत्येक मुस्लिम बांधवाने कर्तव्य म्हणून करावयाच्या चार उपासनांपैकी एक आर्थिक उपासना आहे. ही उपासना प्रत्येक व्यक्तीवर सक्तीची नसून, एक असा दानधर्म आहे, जो केवळ श्रीमंतांना अनिवार्य आहे. ज्या व्यक्तीजवळ ९० ग्रॅम इतके सोने किंवा ६३० ग्रॅम इतकी चांदी किंवा तेवढी रक्कम, नाणे, नोटा, बॉंड, शेअर्स, एफडी, विकाऊ माल किंवा इतर गुंतवणूक इत्यादी द्रव्य असेल आणि त्यावर वर्ष ओलांडले असेल, अशा व्यक्तीला जरुरीचे आहे की, त्याने आपल्या मालातून अडीच टक्के (मालाचा चाळिसावा भाग) वजा करून गोरगरिबात वाटून टाकावा. भविष्यनिर्वाह निधी (पीएफ)वर ज़कात नाही, कारण त्याचा मालकी हक्क ज़कातदात्याकडे नसतो.

इस्लामी वित्तविशारदांच्या मते, कुठल्याही प्रगतिशील अर्थव्यवस्थेकरिता किमान चार गोष्टी अत्यावश्यक आहेत : (१) ज़कात (श्रीमंतांकडून वाटप करण्यात येणारे सक्तीचे दानधर्म) (२) रिबावर बंदी (व्याज देण्याघेण्यावर पायबंद) (३) अद्ल (न्याय किंवा इन्साफ) (४) एहसान (उपकृत करणे अथवा उत्तमरीत्या कामाची परिपूर्णता करणे). यापैकी एकही बाजू कमकुवत राहिली तर आर्थिकदृष्ट्या तो समाज कधीही पुरोगामी बनू शकणार नाही. नजीकच्या भूतकाळात ज्या आर्थिक महासत्ता कोलमडल्या, त्यांच्या आर्थिक क्षेत्रात वर नमूद केल्यापैकी एकही बाब अमलात आणली गेली नव्हती. लोक ऋण घ्यायचे; परंतु त्याची परतफेड करत नव्हते. परतफेड का झाली नाही? कारण महागाई खूप वाढली, जीवनावश्यक वस्तू खरेदी करायला पगार पुरेनासे झाले. म्हणजे बँकांच्या व्याजामुळे लोकांवर कर्जाचा भार वाढला. आमदनीपेक्षा खर्च वाढल्याने लोक अक्षरशः रस्त्यावर आले. बँका संपुष्टात आल्या. बँकांनी व्याज माफ करून लोकांना उपकृत केले नाही. लोक वित्तसंस्थांबरोबर आणि सरकारने लोकांबरोबर अद्ल (इन्साफ) केला नाही आणि त्या राष्ट्रात ज़कातसारख्या दानधर्माची प्रथाच नाही, म्हणून भक्कम अर्थव्यवस्था समजल्या जाणाऱ्या राष्ट्रांचे धाबे दणाणले.

जोपर्यंत सरकारी वित्तवितरण आणि तिजोरीच्या द्रव्यात देशाच्या जनतेचा वाटा

वटवला जात नाही, तोपर्यंत आर्थिक आणि वित्तीय अद्‌ल (इन्साफ) घडत नाही. देशाच्या एकूण संपत्तीवर संपूर्ण देशवासीयांचा हक्क आहे. काही विशिष्ट जातिजमातीने संगनमत करून ही संपत्ती लुबाडली तर देशाची प्रगती कदापि होणार नाही. सरकारी नोकऱ्या, आर्थिक सवलती, व्यापार आणि इतर आर्थिक मदतीत सर्वांना समान हिस्सा मिळायला पाहिजे तरच संपूर्ण देशाची प्रगती शक्य होईल.

जे मुस्लिम बांधव नियमितपणे ज़कातचे वाटप करतात त्यांना कल्पना आहे की, ज़कात सरकारी कर नसून ती एक धार्मिक वित्तीय उपासना आहे. सरकारी कर वेगळे असून, ते नियमितपणे सरकारी तिजोरीत जमा होणे गरजेचे आहे. कारण त्याच निधीमधून देशाच्या संरक्षणाची आणि सार्वजनिक सवलतीची कामे केली जातात. देशाच्या सार्वभौम प्रगतीला ही कामे आवश्यक असतात.

'वहदत'च्या संकल्पनेची जोपासना

प्रकाशन दिनांक : २८-७-२०१२

'वहदत' म्हणजे अद्वैतवाद-एकेश्वरवाद. ईश्वराला-अल्लाहला एक मानणे. तो एकमेव आहे. तोच संसाराचा निर्माता, पालनकर्ता आणि प्रलयाच्या दिवशी विध्वंस करणारा आहे. सर्व पूजाअर्चा आणि उपासना त्याच्याचकरिता आहेत. मुस्लिम समाजात अत्यंत लहान वयापासून मुलांमध्ये ही संकल्पना रुजवली जाते. त्यांना शिकवले जाते, की कुठल्याही वस्तूची आवश्यकता भासली, तर ती चीजवस्तू फक्त अल्लाहकडून मागायची. पूर्ती आईवडीलच करतात. परंतु, अल्लाहकडून मागायची सवय लागावी म्हणून असे करण्यात येते. लहानग्यांना मशिदीत घेऊन जातात. त्यांना मागच्या ओळीत उभे करून नमाज़मध्ये सामील करून घेतले जाते. इमामसाहेब आणि त्यांच्यापाठोपाठ नमाज़ पढणारी माणसे तीच आसने करतात जी इमामसाहेबांनी केलेली असतात, त्यामुळे मुलांमध्ये अनुकरण आणि आदेशपालनाची सवय लागते.

नमाज़ानंतर ते पाहतात, की सगळी माणसे डोळ्यांनी अदृश्य मात्र हृदयाच्या जवळ असलेल्या एका शक्तीपुढे हात पसरतात आणि दुआ मागतात. ते पाहतात, की त्यांचे वडीलधारे मरणोत्तर सुखी आणि समृद्ध जीवन मिळावे आणि स्वर्गात प्रवेश मिळावा, यासाठी दुआ मागतात. तसेच, त्यांना हेही पाहावयास मिळते, की त्यांचे बुजुर्ग या प्रार्थनेशिवाय घरच्या अत्यंत लहानसहान मागण्यादेखील त्या अदृश्य शक्तीपुढे मांडतात आणि त्या पूर्णही होतात. त्यांचे अनुकरण म्हणून मुलेही आपल्या 'मासूम' मागण्या त्या अदृश्य शक्तीपुढे मांडतात. काहींना गणित सोपे करून घ्यायचे असते, काहींचे आजीआजोबा आजारी असतात, काहींना सहलीकरिता पैसे हवे असतात, काहींची आवडती चीजवस्तू हरवलेली असते. ते आपले निष्पाप चिमुकले हात त्या अदृश्य परंतु सर्वशक्तिमान अल्लाहपुढे पसरतात आणि त्यांच्या प्रार्थना कबूल होतात. त्यांना माहीत नसते, की अल्लाह कोण आहे? कसा आहे? कुठे आहे? त्यांना लहान वयापासून एकच कल्पना दिलेली असते, की आपण अल्लाहला पाहू शकत नाही. परंतु, तो आपल्याला सदैव पाहत असतो. तो आपल्या मनातल्या गोष्टीही जाणतो, म्हणून मनात वाईट विचार येता कामा नये. ते पाहतात, की मशिदीत एकही तसबीर नाही, पैगंबरसाहेबांचीसुद्धा नाही. घरातसुद्धा तसबिरी नाहीत. मूर्तींचा प्रश्नच उद्‌भवत नाही. लहान मुलांना कल्पना दिली जाते, की अल्लाह खूप लांब

आहे. अगदी आभाळाच्या, आकाशाच्या पलीकडे त्याचे अर्श (सिंहासन) आहे. ज्याला त्याच्या अत्यंत बलवान फरिश्त्यांनी उचलून धरले आहे. परंतु, जेव्हा तुम्ही त्याला याद कराल तेव्हा तो तुमच्या घशातील शिरेपेक्षाही अधिक निकट आहे, म्हणून त्याची सदैव आठवण बाळगणे आवश्यक आहे.

ज्या व्यक्तींना स्थूलमानाने ईश्वराला मानायची सवय लागली आहे, ते नेहमी विचारतात, समोर काहीच नसताना आम्ही ईश्वराचे आकलन कसे करावे? हे सगळे अनाकलनीय आहे.

आम्ही त्यांना एकच प्रश्न विचारतो, आपण निसर्गातील प्राणवायू पाहिलात का? भूत, प्रेत, राक्षस, चेटकीण, सैतान, पिशाच्च इत्यादींना पाहिलेत का? मग त्या गोष्टींवर कसा विश्वास ठेवा आणि त्यावर आपले लक्ष कसे केंद्रित करता? ईश्वर तर सत्य आहे, तो निर्गुण, निराकार आणि निर्मळ आहे. तो आईपेक्षा अधिक आपल्या दासांवर प्रेम करतो. तो एकमेव आहे, तोच अल्लाह आहे.

पृथ्वीतलावर अद्वैतवादाचे केंद्रबिंदू!

प्रकाशन दिनांक : २९-७-२०१२

स्वत:पेक्षा कितीतरी पटीने महान आणि शक्तिशाली अस्तित्वाला शरण जाणे, त्याच्यापुढे नतमस्तक होणे आणि अंतिमतः त्या शक्तीची पूजाअर्चा करू लागणे, हे माणसाच्या स्वभावात आहे. असे करण्यापासून कुणी त्याला रोखले तर त्याच्या मानसिकतेत एका प्रकारची प्रतिक्रिया निर्माण होते आणि त्या मानसिकतेचे रूपांतर नास्तिकतेत होते. हे अनन्यसाधारण वातावरण समाजात विसंगती निर्माण करून जमातवादाचा धोका निर्माण करण्यास मदतनीस ठरते.

आपणास माहीतच आहे की, मानवाची निर्मिती स्वर्गात झाली. त्याचे वास्तव्यही तेथेच होते; परंतु सैतानाच्या कारस्थानांमुळे आदम (अ.) (प्रथम मानव आणि प्रेषित) आणि त्यांच्या पत्नी हज़रत हव्वा यांना स्वर्ग सोडावा लागला आणि पृथ्वी त्यांच्या वास्तव्याचे ठिकाण बनले. स्वर्गात त्यांनी कायकाय पाहिले नसेल. तेथे ईशदूतांबरोबर ते राहायचे. अल्लाहचा अर्श (सिंहासन) आणि बैतेमअमूरची ते प्रदक्षिणा करायचे; परंतु पृथ्वीचे वातावरण एकदम रुक्ष आणि अनातिथ्य. हज़रत आदम अलैहिस्सलाम यांनी दु:खावेगाने व्याकूळ होऊन अल्लाहचरणी क्षमायाचना केली. त्यांची दुआ कबूल झाली. अल्लाहने आपले निकटतम ईशदूत हज़रत जिब्रईल यांना पृथ्वीवर पाठवले. त्यांनी आदमला पृथ्वीतलावर एक जागा दाखवली, जी अगदी अर्श आणि बैतेमअमूरच्या खाली होती आणि तेथे अल्लाहच्या उपासनेसाठी आणि त्याचे नामस्मरण करण्याकरिता एक घर बांधण्याची आज्ञा दिली. अल्लाहच्या इबादतीसाठी पृथ्वीतलावर बांधण्यात येणारी ही सर्वांत पहिली इमारत होती. कालांतराने तेथील लोकवस्ती विखुरली, वास्तू नाहीशा झाल्या. हजारो-लाखो वर्षे व्यतीत झाली. प्रेषित येत राहिले. त्यांचे अनुयायी कधी एका ईश्वराला मानायचे, काहींचे अनुयायी अश्रद्धावंत बनले. आजपासून सुमारे ४५०० वर्षांपूर्वी एक प्रेषित आले, ज्यांचे नाव हज़रत इब्राहीम असे होते. त्यांच्या संदर्भात असे म्हटले जाते की, त्यांच्या कालखंडापर्यंत माणसाने सभ्यता आणि सुसंस्कृतीचे उत्तुंग शिखर गाठले होते. इब्राहीम (अ.)पासून सभ्यता आणि संस्कृतीचा वारसा कधीही नाहीसा झालेला नाही.

प्रेषित इब्राहीमला हजारो वर्षांपूर्वी प्रेषित आदममार्फत बांधलेल्या वास्तूपर्यंत ओसाड वाळवंटात जाण्याचे आदेश झाले. लुप्त झालेल्या एका वास्तूचा पाय शोधून काढून त्याच्यावर

एका ईश्वराच्या म्हणजे अल्लाहच्या उपासनेसाठी एक घर उभारण्याचे आदेश झाले. इब्राहीम (अ.)नी आपला पुत्र इस्माईलच्या साहाय्याने हे घर उभे केले. हेच ते 'कअबा शरीफ', जे मक्केत, पृथ्वीच्या नकाशाच्या मध्यभागी विद्यमान आहे, ज्याचे तवाफ (प्रदक्षिणा) करण्यासाठी आणि हज्ज व उम्रा अदा करण्यासाठी दरवर्षी लाखोंच्या संख्येने मुस्लिम बांधव जात असतात. येथील वातावरण, २४ तास अल्लाहच्या नामगजराने दुमदुमलेले असते. नमाज़च्या वेळा सोडून, या गृहाभोवती २४ तास आणि वर्षाच्या १२ महिने परिक्रमा करण्याचा विधी चालू असतो. माणसांचा एक समुद्र आहे, एक प्रचंड गोलाकार आहे, जो अत्यंत शिस्तबद्धरीत्या, केवळ आणि केवळ अल्लाहच्या नामस्मरणाच्या आपल्या कार्यात मग्न असतो. 'तवाफ' एक असा विधी आहे, जो फक्त या ठिकाणीच पूर्ण करता येतो. प्रेषित मुहम्मद (स.) यांच्या कथनानुसार सकाळी ७० हजार आणि सायंकाळी ७० हजार ईशदूत या वास्तूच्या परिक्रमेकरिता धरतीवर पाठवण्यात येतात, ज्यांना प्रलयापर्यंत पुन्हा पाठवले जाणार नाही. अंतःचक्षू उघडल्याशिवाय माणसाला हे रहस्य जाणणे सोपे नाही.

रमज़ान महिन्यातील उमरा!

प्रकाशन दिनांक : ३०-७-२०१२

रमज़ान महिन्यात पुण्यकर्मांचे लाभ एरवीपेक्षा सत्तर पटीने जास्त होतात; म्हणून पुण्याईकडे लोकांचा कल वाढतो. उपवास, कुरआनपठण, ज़कात, दानधर्म, अधिक नमाज़, मशिदीतून एकांतवास (एअतेकाफ़), तहज्जुद, तरावीह, गरिबांना जेवू घालणे आणि ईदच्या आदल्या दिवशी फ़ित्रा (एका प्रकारचे विशेष दान) अदा करणे वगैरे कर्म सर्व मुस्लिम बांधव आवर्जून करतात. परंतु ज्या व्यक्तींजवळ पैसा मुबलक असतो, ते हज्ज यात्रेचा एक लहान प्रकार म्हणजे उमरा अदा करण्याकरिता मक्का आणि मदिना येथेही जातात. पैगंबरसाहेबांच्या कथनानुसार, 'ज्या माणसाने रमज़ानच्या महिन्यात उमरा अदा केला त्याने जणू काही माझ्यासोबत उमरा करण्याचा प्रवास केला.' हरम शरीफमध्ये (कअबागृहस्थित मशिदीत) एक नमाज़ किंवा एक पुण्यकर्म करण्याचा लाभ एक लाख पटीने दिला जातो, या हिशेबाने रमज़ान महिन्यात उमरा करण्याचा लाभ किती होत असेल, आपण याचा विचार करू शकता.

रमज़ान महिन्यात मक्का आणि मदिना, ही दोन्ही शहरे भाविकांनी फुलून जातात. तेथील रहिवाशांच्या अंदाजानुसार रमज़ानच्या काही विशिष्ट तारखांमध्ये तर या शहरात हज्ज यात्रेपेक्षाही अधिक गर्दी असते. सौदी सरकार भाविकांच्या संख्येवर नियंत्रण राखण्यासाठी खूप प्रयत्न करते; परंतु त्यात १००% यश मिळवणे एवढे सोपेही नाही. ४० ते ५० लाख माणसे एकाच वेळेला एकाच शहरात जमा होणे आणि सरकारी यंत्रणा कोलमडू न देणे यातच खरे यश आहे. चोवीस तास पाणी, दिवे, सफाई, दळणवळण, वाहतूक, टेलिफोन, बाजारपेठ, विमानतळ, नागरी पुरवठा इत्यादी चालू ठेवणे आणि तेही उच्च दर्जाचे, ही साधीसोपी गोष्ट नाही. या सर्व सुविधा असल्या तरी इमारती, रस्ते, येण्याजाण्याचे मार्ग वगैरे सवलतींना काही मर्यादा असतात. जगातील सर्व शहरातील माणसे एकाच शहराच्या दिशेने चालत आली तर त्यांनाच त्रास सहन करावा लागणार आहे. म्हणून आम्ही शिफारस करतो की :

- मुलाबाळांच्या समवेत रमज़ान महिन्यात हे प्रवास टाळावेत. गर्भवती महिला, आजारी व्यक्ती आणि वयोवृद्ध माणसांना घेऊन जाण्याचे टाळावे.
- जुलै आणि ऑगस्ट हे दोन महिने अरब राष्ट्रात अधिक तापमानाचे असतात.

ज्यांना ऊन सहन होत नाही, अशा माणसांनी पूर्ण व्यवस्था केल्याशिवाय जाऊ नये.

- पूर्ण व्यवस्थेत पवित्र स्थानांच्या जवळ राहण्याचे ठिकाण असावे, जे खूप महाग असते.
- प्रवासाचे सामान अत्यंत कमी असावे, कारण बाहेरच्या देशात हमाल वगैरे प्रकार नसतात आणि असले तरी त्यांचा मेहनताना विमानाच्या तिकिटापेक्षा अधिक असतो.
- हाजींकरिता दोन्ही शहरांमध्ये औषधोपचार आणि तातडीच्या वैद्यकीय सेवेची उत्तम सोय आहे. तेथे जागतिक प्रमाणबद्धतेची औषधे रोग्यांना विनामूल्य दिली जातात; परंतु बाहेरून औषधे घ्यावी लागली तर त्यांची किंमत भारतापेक्षा सोळा ते वीस पटीने जास्त असतात. म्हणून आपल्याला लागणारी औषधे येथूनच घेऊन जा.
- बाहेरच्या देशात डॉक्टरांच्या चिठ्ठीशिवाय आणि सही-शिक्का व नोंदणी क्रमांकाशिवाय औषधे मिळत नाहीत, याचीही काळजी घ्या.
- टूर ऑपरेटरशिवाय जात असाल तर आपल्या आगमनाचा वृत्तान्त, दूरध्वनी क्रमांक, हॉटेलचा पत्ता वगैरे भारतीय दूतावासाला कळवा.
- जास्तीत जास्त पायी चालण्याचा सराव आधीपासूनच करून घ्या.
- तिखट, आंबट जेवण आणि थंड पेये घेऊ नका; जेणेकरून तुमचे स्वास्थ्य उत्तम राहील.

कअबागृहाचा इतिहास

प्रकाशन दिनांक : ३१-७-२०१२

प्रथम मानव आणि प्रेषित हज़रत आदम (अ.) यांचे स्वर्गातून पृथ्वीतलावर आगमन होऊन लाखो वर्षे उलटली आहेत. खुणावलेल्या जागेवर त्यांनी जी वास्तू उभारली होती, ती कालांतराने जीर्ण होत होत नाहीशी झाली. परंतु, सुमारे ४५०० वर्षांपूर्वी प्रेषित हज़रत इब्राहीमने, ज्यांचा जन्म इराकमध्ये झाला होता आणि ते अंतिम प्रेषित हज़रत मुहम्मद (स.)चे पूर्वज होते; त्यांनी आदेशपूर्वक प्राचीन काळात बांधलेल्या इमारतीच्या पायावरच आजच्या कअबागृहाची उभारणी केली आणि बैतेअतीकचा (प्राचीन घराचा) जीर्णोद्धार केला. पवित्र कुरआनच्या दाखल्यान्वये : 'आणि स्मरण करा जेव्हा इब्राहीम आणि इस्माईल या गृहाच्या भिंती उभारीत होते व प्रार्थना करीत होते, 'हे आमच्या पालनकर्त्या, आमच्याकडून या सेवेचा स्वीकार कर. तू सर्वांचे ऐकणारा आणि सर्वकाही जाणणारा आहेस. हे प्रभू, आम्हा दोघांना तुझे आज्ञाधारक बनव. आमच्या वंशामधून असा समाज घडव, जो तुझाच आज्ञाधारक असेल. आम्हाला आमच्या उपासनेचा विधी सांग. आणि आमच्या उणिवांकडे दुर्लक्ष कर. निःसंशय तू क्षमावंत आणि दयावंत आहेस. आणि हे प्रभू, या लोकांमध्ये यांच्यातील एक प्रेषित उभा कर, जो तुझे संदेश यांना ऐकवील आणि यांना ग्रंथ आणि विवेकाची शिकवण देऊन यांचे जीवन पवित्र कर. तूच प्रभुत्वशाली न्याय करणारा आहेस.' (अल्‌बक़रा : २:१२७ ते १२९)

हज़रत इब्राहीम (अ.) आणि इस्माईल (अ.) मक्केला कसे पोचले; त्याचाही खूप मोठा इतिहास आहे.

हज़रत इब्राहीम मूळतः इराकचे. त्यांचे वडील 'आजर' बादशाह नमरूदच्या दरबारातील राजपुरोहित व मूर्तिकार. इब्राहीम लहानपणापासून सदसद्विवेकबुद्धीचा वापर करणारे आणि प्रत्येक गोष्टींवर खूप खोल विचार करणारे. वडिलांचा कारभार त्यांना आवडेना. आपल्या मित्रांबरोबर डोंगरात नि रानावनात जाऊन बसायचे. भक्ती आणि पूजनात त्यांना आवड असली, तरी पूजा कुणाची करायची, हे त्यांच्यासमोर मोठे आव्हान होते. त्यांनी आकाशातील तारे, चंद्र आणि सूर्य वगैरेच्या पूजनाचा विचार केला. परंतु, त्यांच्या लक्षात आले, या सगळ्या वस्तू मावळताहेत, कुणालाही स्थैर्य नाही. त्यांना अगदी तरुण वयात ईश्वराकडून दिव्यबोध प्राप्त झाला, की पृथ्वी आणि आकाशाचा स्वामी तोच आहे, ज्याने

हे सर्वकाही निर्माण केले. हे एकेश्वराकडे रुजू झाले आणि त्यांनी आपल्या परिसरात आणि इलाख्यात एकेश्वरवादाचा अत्यंत जोमाने प्रचार-प्रसार केला. ईश्वरी आदेशाने त्यांनी प्रस्थापित केलेला धर्म इस्लामच होता. परंतु, तो 'दीने इब्राहीमी' व 'दीने हनीफ' या नावानेही प्रसिद्ध झाला.

घरात वडिलांचा, समाजात लोकांचा आणि दरबारात बादशाहचा त्यांना खूप विरोध होता. अग्नीत फेकण्यापासून अनेक शारीरिक व मानसिक यातना त्यांनी सहन केल्या. धर्मप्रसाराकरिता त्यांनी खूप लांबलांबचे प्रवास केले. एकदा त्यांना अचानकपणे एक ईश्वरी आदेश प्राप्त झाला, की आपले नवजात बालक इस्माईल आणि पत्नी हाजेराला उचला आणि आम्ही खुणावतो त्या ठिकाणी निर्जन वाळवंटात त्यांना सोडून या. हे आदेश त्यांना कदाचित जेरुसलेम (पॅलेस्टाइन) येथे मिळाले असावेत. ईश्वरी आदेश पाळण्यात प्रेषित कधीही कुचराई करत नाही. त्यांनी आपल्या तान्ह्या मुलाला आणि पत्नीला एक अत्यंत लांबचा प्रवास करत एका अशा ओसाड आणि निर्जन वाळवंटात सोडून दिले, जिथे शेकडो मैलांपर्यंत गवताची एक काडी आणि पाण्याचा एक थेंबसुद्धा उपलब्ध नव्हता. मागे वळून न पाहता आपल्या ठिकाणी निघून गेले.

ममतेचा पाझर

प्रकाशन दिनांक : १-८-२०१२

ज्या ओसाड रानात हज़रत इब्राहीमनी आपली धर्मपत्नी आणि तान्ह्या इस्माईलला सोडले, त्या वेळी कुणी विचारसुद्धा केला नव्हता की, या जागेला भविष्यात किती महत्त्व प्राप्त होणार आहे?

हज़रत इब्राहीमना आदेश होता की, या प्रसंगी मौन पाळायचे, पत्नीच्या कुठल्याही प्रश्नाला उत्तर न देता सरळ पाठ फिरवून परत निघायचे. पत्नी हाजेरा ही परिस्थिती पाहून स्तंभित झाली. त्यांनी परत जात असलेल्या पतीला एकच प्रश्न विचारला, "आपली ही कृती ईश्वरी आदेशावरून आहे का?" इब्राहीमने मान हलवून होकार दिला आणि निघून गेले. हाजेरा ईश्वरावर आणि आपल्या पतीवर पूर्ण विश्वास ठेवणाऱ्या महिला होत्या.

जी काही शिदोरी बरोबर होती ती संपली आणि मूल तहानेने व्याकूळ झाले. त्यांनाही तहान आणि भुकेमुळे काही सुचेनासे झाले. कपाळावर हाताचे आच्छादन करून दूरवर दृष्टी टाकली. रखरखते ऊन आणि ओसाड वाळवंटाशिवाय काही दृष्टिक्षेपात येईना. काही पावलांच्या अंतरावर एक टेकडी होती. मुलाला जमिनीवर ठेवले आणि दृष्टी दूरवर जाईल, या हेतूने धावतपळत टेकडी चढल्या; परंतु निराशाच हाती आली. समोर एक दुसरी टेकडी दिसली. दोन्हीमधले अंतर अंदाजे ३९५ मीटर इतके. मध्यभागी एक खोल दरी. दुसऱ्या टेकडीवर जाण्याकरिता लगबगीने उतरल्या. सगळे लक्ष तान्ह्या बाळाकडे. खोल दरीतून जाताना मूल दिसेनासे झाले. सैरावैरा पळायला लागल्या. दुसऱ्या टेकडीवर चढल्या. पाण्याचा शोध घेतला. निराशाच हाती आली. पुन्हा पहिल्या टेकडीवर चढल्या. अशा प्रकारे दोन्ही टेकड्यांच्या दरम्यान त्यांनी सात फेऱ्या मारल्या. त्या दोन्ही टेकड्या आजही उभ्या आहेत. पहिल्या टेकडीचे नाव 'सफ़ा' आणि दुसऱ्याचे नाव 'मरवा' असे आहे. एका मातेने आपल्या बाळाकरिता पाणी शोधण्याचे हे प्रयत्न ईश्वराला इतके आवडले की, त्याने हज्ज आणि उमरा करणाऱ्या प्रत्येक यात्रेकरूकरिता या दोन टेकड्यांच्या दरम्यान 'सअयी' (चालण्याची व धावण्याची) प्रथा एक विधी म्हणून घोषित केली. तसे न केल्यास हज्जची यात्रा परिपूर्ण होत नाही.

रुक्ष वाळवंटात हाजेरा माईने आपल्या ज्या मुलाला ठेवले होते ते मूल शेवटच्या घटका मोजू लागले. आई आणि बाळाची एवढी परीक्षा पुरेशी होती. जिब्रईल (अ.)ने

ईश्वरी आदेशान्वये आपली टाच जमिनीवर मारली आणि आकस्मिकपणे पाण्याचा एक झरा आपली वाट शोधत वाहू लागला. हे दृश्य पाहून ती माता धावत त्या झऱ्याकडे आली आणि वाहणाऱ्या पाण्याला वाळू आणि मातीचे कडे बांधून 'ज़मज़म- ज़मज़म' (थांबथांब-थांबथांब) म्हणत पाण्याला आवरले. पाण्याचा हा झरा आजतागायत उसळी मारत असून लाखो हाजी दररोज हे पाणी वापरतात, पितात आणि ड्रम भरभरून जगभर आपल्यासमवेत तीर्थ म्हणून घेऊन जातात. प्रेषित हज़रत मुहम्मद (स.) म्हणतात, मातेने हे पाणी आवरले नसते तर त्याचे रूपांतर एक सतत वाहणाऱ्या झऱ्यात झाले असते. कालांतराने या झऱ्याचे नाव बेअरे ज़मज़म व बेअरे इस्माईल (ज़मज़मची विहीर) पडले. रुक्ष वाळवंटात माता हाजेरा या विहिरीची स्वामिनी झाली. पाण्याचे महत्त्व संपूर्ण अरबस्तानात पसरले. येमेनहून उत्तरेकडे म्हणजे जॉर्डन, सीरिया आणि इराक वगैरे देशात जाणाऱ्या हमरस्त्यावर या विहिरीची जागा होती. व्यापारी काफिले येत राहिले. नंतर गृहोपयोगी आणि खाण्यापिण्याच्या वस्तूंची काही कमतरता राहिली नाही. ओसाड रान, लोकवस्तीने गजबजू लागले. काही वर्षांनंतर ईश्वरी आदेशाने हज़रत इब्राहीम येथे परतले. अल्लाहकडून आदेश मिळालेल्या, वाळूत गाडल्या गेलेल्या पायाच्या चिन्हांवरती त्यांनी आपल्या मुलाच्या साह्याने कअबागृहाच्या बांधणीचे शुभकार्य आरंभले.

✽

ज़मज़मचे पाणी : एक नैसर्गिक आश्चर्य!

प्रकाशन दिनांक : २-८-२०१२

इस्लामी शरीअतमध्ये (धर्मकायद्यात) तीर्थप्रसाद आणि विशेषतः अंगाऱ्याधुपाऱ्याला तर अजिबात स्थान नाही. इस्लामी धर्मपंडितांनी केवळ ज़मज़मच्या पाण्याला तबरूक (तीर्थ) म्हणून मान्यता दिली आहे. त्याचा वापर आपण एक पवित्र जल म्हणून करू शकता. एक स्त्री आणि तिच्या तान्ह्या बाळाचा एका निर्जन वाळवंटात जीव वाचवण्यासाठी ईश्वरी प्रसाद म्हणून ज़मज़मच्या विहिरीचा उगम झाला. मानवजातीला प्रदान करण्यात आलेल्या एका नैसर्गिक आश्चर्याच्या रूपाने आजही मक्का शहरात ज़मज़म हजर आहे. इस्लामी शरीअतमध्ये दंतकथा आणि चमत्कारालाही स्थान नाही. कुठल्याही स्थूल गोष्टी किंवा इतिहासावर विश्वास ठेवण्याकरिता किमान चार संदर्भ तपासले जातात: (१) कुरआन (२) पैगंबर वचने (हदीस) (३) परंपरा (रिवायत) (४) तत्कालीन साहित्य (लुगत/अदब) इत्यादी.

येथे उल्लेखनीय बाब अशी, की ज्यू आणि ख्रिश्चन धर्मग्रंथामध्येदेखील इब्राहीम (अब्राहम), इस्माईल (शमाईल) आणि मक्क्यातील त्यांचे वास्तव्य व त्यांच्या मुलाबाळांचा उल्लेख आहे. ज्यू धर्मगुरू रबीशलोमो इस्हाक लिहितो : 'अब्राहमच्या पहिल्या पत्नी 'सार्राह' सुशील व सुंदर होत्या. इजिप्तच्या राजाने आपली राजकुमारी हाजेरा त्यांना भेट म्हणून दिली. जिचा विवाह नंतर इब्राहीमबरोबर झाला.' इस्माईल त्यांचेच सुपुत्र होत. प्रेषित मुहम्मद (स.) त्यांच्याच वंशातले अंतिम प्रेषित आहेत. अरबांच्या शायरीत व इतिहासात ज़मज़मची विहीर व मक्केवरील सत्ता काबीज करण्याकरिता बनीजुरहुम व बनी खुजाआमधील युद्धांचे वर्णन करण्यात आले आहे. यावरून ज़मज़मचे पाणी व त्याच्या उगमाचा इतिहास समजतो.

अनेक पाश्चिमात्य राष्ट्रांनी आणि विशेषतः जपानने ज़मज़मच्या पाण्याचे विश्लेषण करून त्यात आढळणाऱ्या रसायनांचा व मानवी जीवनाकरिता उपयुक्त अशा घटकांचा शोध लावला आहे. त्याच्या तपशिलात न जाता केवळ एक उदाहरण मांडू इच्छितो.

आम्ही १९८३ मध्ये पहिल्यांदाच हज्ज यात्रेवर जात असताना एका मंत्रिमहोदयांनी आपल्या दोन वयोवृद्ध मावशी व एका मावसभावाला आमच्या सुपूर्त केले आणि शक्यती मदत करायची विनंती केली. एका वृद्ध महिलेचा जाच मुंबई विमानतळावरूनच सुरू

झाला आणि मक्केत पोहोचल्यावर पहिल्याच दिवशी रात्रीच्या वेळी हरम शरीफला (कअबागृहाच्या मशिदीत) ती हरवली. तिच्याकडे निवासस्थानाचा पत्ता नव्हता. पैसे नव्हते. तो काळ मोबाईल फोनचाही नव्हता. लाखो माणसांमध्ये रात्रंदिवस तिला शोधण्याची कामगिरी आमच्यामागे लागली. एके दिवशी सकाळी नऊ-दहाच्या दरम्यान जेव्हा गर्दी कमी असते तेव्हा तब्बल आठ दिवसांनंतर अचानकपणे ती सापडली. तिच्या नातेवाइकांचे अश्रू थांबेनात. आम्हीही रडायला लागलो. तिला घरी आणले. आम्ही तिच्या ज़ियारती (मृत्यूनंतरच्या विधी)च्या तयारीत होतो. तिला पहिला प्रश्न विचारला, ''तू खाल्लंस काय? जगलीस कशी?''

''तिथं काय होतं खायला? सकाळ, दुपार आणि सायंकाळी पोट भरून फक्त ज़मज़म प्यायचे आणि जवळच्या स्नानगृहात जाऊन शुचिर्भूत होऊन फक्त नमाज़ पढायचे.''

हज्ज यात्रेला जाण्यापूर्वी ज़मज़मच्या संदर्भात जे काही वाचन केलं होतं, त्या संदर्भातील जिवंत उदाहरण आमच्या डोळ्यांसमोर उभं होतं. तब्बल आठ दिवस तिच्या पोटात अन्नाचा एक कणसुद्धा गेला नव्हता; परंतु चेहरा पूर्वीपेक्षा तेजस्वी होता.

हृदयस्पर्शी दुआ!

प्रकाशन दिनांक : ३-८-२०१२

आपली धर्मपत्नी आणि तान्ह्या इस्माईलला, जो नंतर प्रेषित होणार होता, जिथे दूरपर्यंत लोकवस्ती, गवताची काडी किंवा पाण्याचा एक थेंबसुद्धा उपलब्ध नव्हता, अशा एका वाळवंटात एकाएकी सोडण्याचा निर्णय प्रेषित इब्राहीमचा नव्हता, तो ईश्वरी आदेश होता. त्यांची धर्मपत्नी हाजेरा इजिप्तच्या राजकन्या होत्या, परंतु त्यांनीदेखील ईश्वरी आदेशाचे पालन करण्याकरिता आपल्या पतीला पूर्ण सहकार्य दिले. प्रेषित इब्राहीम त्यांना सोडून गेल्यावर त्या आपल्या पतिदेवाच्या मागे 'कदाअ' ठिकाणपर्यंत, अंदाजे पाच किलोमीटरपर्यंत इतक्या चालत गेल्या आणि जेव्हा त्यांना समजले की, ही इब्राहीमची मर्जी नसून अल्लाहची मर्जी आहे, तेव्हा त्या आज जिथे मक्का शहर व कअबागृह आहे तेथे परतल्या.

काही काळानंतर इब्राहीम परतले आणि अल्लाहचरणी आपल्या कुटुंबीयांना भेटून आणि कअबागृह उभारून जी दुआ मागितली ती अशी :

> 'हे पालनकर्त्या! या नगराला (मक्केला) शांतीचे नगर बनव आणि मला व माझ्या संततीला मूर्तिपूजेपासून वाचव. हे पालनकर्त्या! या मूर्तींनी बहुतेकांना पथभ्रष्टतेत टाकले आहे (संभव आहे की माझ्या संततीलादेखील त्या पथभ्रष्ट करतील, म्हणून त्यांच्यापैकी) जो मी दाखवलेल्या मार्गावर चालेल तो माझा आहे आणि जो त्यविरुद्ध मार्ग स्वीकारील तर निश्चितच तू माफ करणारा मेहरबान आहेस. हे पालनकर्त्या! मी एका निर्जल व ओसाड खोऱ्यात आपल्या संततीपैकी काहींना तुझ्या आदरणीय घराजवळ आणून वसविले आहे, हे पालनकर्त्या! असे मी अशासाठी केले आहे की, या लोकांनी येथे कायम नमाज़ करावी, म्हणून तू लोकांच्या हृदयांना यांच्याकडे आकर्षित कर यांना खावयास फळे दे. कदाचित हे कृतज्ञ होतील. हे पालनकर्त्या! आम्ही काही लपवितो आणि जे काही प्रकट करतो, ते तू जाणतोस.' (इब्राहीम : १४:३५-३६)

हज़रत इब्राहीमने आपली दुआ (प्रार्थना) चालू राखत पुढे म्हणाले,

'धन्यवाद त्या ईश्वराला ज्याने मला या वार्धक्यात इस्माईल आणि इस्हाकसारखी मुले दिली. वस्तुस्थिती अशी आहे की, माझा पालनकर्ता खचितच प्रार्थना ऐकतो. हे पालनकर्त्या! मला नमाज़ कायम करणारा बनव. माझ्या पालनकर्त्या! माझी प्रार्थना स्वीकार कर. हे पालनकर्त्या! मला आणि माझ्या आईवडिलांना आणि सर्व श्रद्धावंतांना त्या दिवशी माफ कर जेव्हा हिशेब प्रस्थापित होईल.' (इब्राहीम : १४:३७-४१)

हज़रत इब्राहीमने जी दुआ मागितली ती कबूल झाल्याचे आपल्याला मक्का शहरात पाऊल ठेवल्यावर समजते. सौदी शेतीप्रधान अथवा बागाईत देश नसतानाही तिथल्या बाजारपेठा खाण्यापिण्याच्या वस्तूंनी भरलेल्या असतात आणि विशेषतः जगभरातील नाना प्रकारची फळे तिथे वर्षभर उपलब्ध असतात. मंडई आणि दुकाने हज्जच्या हंगामात २४ तास उघडी राहतात. जमीन पाहिली तर तशीच ओसाड, निर्जल आणि रेताळ. आकाश निरभ्र. रात्री उशिरापर्यंत जमिनीवर अनवाणी चालणे अशक्य. भूभाग दऱ्याखोऱ्यांनी आणि डोंगरांनी व्यापलेला. पवित्र कुरआनने या भूमीला 'वादिये गैर ज़ी ज़र इन' अशा शब्दांत उल्लेखिले आहे. म्हणजे पाणी, खत आणि उत्तम माती टाकल्यानेही ही जमीन सुपीक होणार नाही. तेथे शेती करण्याचे तुमचे तमाम प्रयत्न फिसकटतील. खरे आहे, जी भूमी अल्लाहच्या अखंड उपासनेकरिता पृथ्वीच्या निर्मितीपासून राखून ठेवली आहे, तिथे हा उपद्व्याप कशाला?

❦

कअबागृहाची संक्षिप्त माहिती!

प्रकाशन दिनांक : ४-८-२०१२

कअबागृहाचा पवित्र कुरआनमध्ये अनेक ठिकाणी उल्लेख आहे, जसे

> 'निःसंशय सर्वप्रथम उपासनास्थळ जे मानवाकरिता बांधण्यात आले. ते तेच आहे जे मक्का शहरी विद्यमान आहे. त्याला मांगल्य व समृद्धी दिली गेली होती आणि सर्व जगाकरिता मार्गदर्शनाचे केंद्र बनविले गेले होते. त्यात स्पष्ट संकेत-चिन्हे आहेत.' (आलेइम्रान : ३:९६)

सदर आयतीमध्ये अनेक संकेत देण्यात येत आहेत की, हे पृथ्वीतलावरचे सर्वांत पहिले प्रार्थनास्थळ आहे. म्हणजे इब्राहीम (अ.) ज्यांनी याचे पुनर्निर्माण केले. त्यांच्या आधीही ही वास्तू होती; परंतु कालांतराने ती लुप्त झाली.

कअबागृहाच्या आधी ही जागा एक सर्वसाधारण वाळवंटी आणि निर्जल व निर्मनुष्य होती. अधूनमधून उत्तरेकडे जाणारे काफिले येथून प्रवास करायचे. ईश्वरी आदेशावरून प्रेषित इब्राहीमने जेव्हा आपल्या पत्नी हाजेरा आणि तान्ह्या इस्माईलला येथे सोडले आणि नंतर अल्लाहच्या कृपेने ज़मज़मची विहीर अस्तित्वात आली, तेव्हा तिथे हळूहळू लोकवस्ती झाली. येथे सर्वप्रथम स्थायिक होणारे येमेनचे जुर्हुम कबिल्याचे लोक होते. नंतर याला एका छोट्याशा शहराचे रूप मिळाले ज्याची आज इस्लाम धर्माचे एक पवित्र शहर म्हणून जगभर प्रसिद्धी आहे.

जेव्हा पृथ्वी व आकाशाची निर्मिती होत होती, तेव्हा पाण्याखालून जी भूमी सर्वप्रथम वर आली त्यावरच कअबागृहाचे स्थान निश्चित झाले आणि नंतर त्याच्या खालून बाकीची जमीन पसरवण्यात आली. (हदीस)

सुरुवातीपासून एकूण १२ वेळा कअबागृहाची इमारत दुरुस्तीसाठी बांधण्यात आली. त्यात पाच खूप प्रसिद्ध आहेत : (१) ईशदूत (फरिश्त्यांमार्फत) (२) प्रथम मानव व प्रेषित हज़रत आदममार्फत (३) प्रेषित इब्राहीममार्फत (४) कुरैशमार्फत जेव्हा प्रेषित मुहम्मद (स.) २५ वर्षांचे होते (५) हज़रत अब्दुल्ला बिन जुबैरमार्फत इ.स. ६८९ (६५ हिजरी)मध्ये.

इ.स. १९९७ मध्ये जेव्हा सौदी सरकारमार्फत कअबागृहाची पुनर्बांधणी करण्यात

येत होती, तेव्हा लेखकाला ईश्वरकृपेने आतमध्ये जाण्याची संधी मिळाली. कअबागृह नेहमी बंद ठेवण्यात येते आणि त्याच्या भोवतालच्या उघड्या पटांगणात (सहन/मुताफ) आणि इमारतीमध्ये चारही बाजूने कअबागृहाकडे तोंड करून नमाज़ पढण्यात येते. १९९७ मध्ये असे आढळले की, त्याच्या पायात पाणी मुरत आहे आणि छताला आधार देणारे चंदनाचे खांब कुजत आहेत. अभियंत्यांना मुरत असलेल्या पाण्याचा शोध घेण्याकरिता किमान ५०-६० फूट खोल जावे लागले. त्या वेळी कअबागृह दुरुस्तीसाठी चारही बाजूने सील करण्यात आले होते. कअबागृहाची किल्ली बादशाह किंवा सरकारकडे नसते. त्याचे पूर्ण अधिकार पैगंबरसाहेबांच्या काळापासून उस्मान बिन तल्हा (र.) यांच्या कुटुंबीयांकडे आहेत. प्रेषितत्व प्राप्तीनंतर मक्केत असताना एकदा प्रेषितसाहेबांनी उस्मान बिन तल्हा यांना विनंती केली, ''कअबागृहाचे दार काही वेळ उघडा, मी आत जाऊन प्रार्थना करू इच्छितो. त्या वेळी उस्मानने साफ नकार दिला. प्रेषित म्हणाले, ''एक दिवस असा येईल, जेव्हा ही किल्ली माझ्या हाती असेल.'' हे ऐकून उस्मान म्हणाले, ''काय, त्या दिवशी मक्केचे कुरैश मरण पावलेले असतील का?'' या घटनेच्या काही वर्षांनंतर असे घडले की, हिजरी सन आठमध्ये प्रेषितसाहेबांना मक्केवर भव्य विजय प्राप्त झाला.

किल्लीचे हस्तांतरण!

प्रकाशन दिनांक : ५-८-२०१२

हिजरी सन आठमध्ये पैगंबरसाहेबांना मक्केवर भव्य विजय प्राप्त झाला, तेव्हा प्रथमतः पैगंबरसाहेबांनी उमराच्या विधी पार पाडल्या आणि सर्वांना कअबागृहाच्या पटांगणात एकत्रित होण्याचे आदेश दिले. हजारोंच्या संख्येने मक्केचे पराभूत झालेले नागरिक, बलाढ्य लढवय्ये आणि पैगंबरसाहेबांचे सैनिक जमा झाले. त्यात असेही शत्रू होते, ज्यांना बघताच ठार मारण्याचे आदेश खुद्द पैगंबरसाहेबांनी दिले होते. कारण त्यांनी पैगंबरसाहेबांच्या नातेवाइकांवर, खुद्द पैगंबरसाहेबांवर आणि त्यांच्या अनुयायांवर असह्य अत्याचार केले होते. सर्वदिखत कअबागृहाच्या किल्ली (कलीदरबरदार) राखणाऱ्याला बोलावण्यात आले. याच इसमाने काही वर्षांपूर्वी पैगंबरसाहेबांसाठी कअबागृह उघडण्याच्या विनंतीला मान दिला नव्हता; परंतु आज तो एका विजेत्यासमोर मान खाली घालून उभा होता. कअबागृहाची किल्ली राखणे त्या वेळीही आणि आजही मोठ्या सन्मानाची गोष्ट मानली जाते. कुणा विशेष व्यक्तीकरिता कअबागृह उघडले गेले आणि त्याला आत जाण्याची परवानगी मिळाली तर अशी व्यक्ती आणि त्याचे नातेवाईक या प्रसंगाचा उल्लेख आयुष्यभर मोठ्या अभिमानाने करत राहतात.

मौलाना सैयद अबुल हसन नद्वी (१९१३ ते १९९९) हे एकमात्र विश्वविख्यात भारतीय विद्वान असे आहेत, ज्यांच्या सन्मानात अनेकदा कअबागृह उघडण्यात आले. १८ डिसेंबर १९९६ रोजी तर समारंभपूर्वक काही किलो वजनाची सोन्याची किल्ली त्यांच्या हातात देऊन कअबागृहाचे दार उघडण्याची शिफारस करण्यात आली. मुस्लिम जगतात हा सर्वांत मोठा सन्मान समजला जातो- जो एका भारतीय फकिराला प्राप्त झाला. इतिहासात कुणी बादशाहसुद्धा हा सन्मान प्राप्त करू शकला नाही.

मक्का विजयानंतर पैगंबरसाहेबांनी उस्मान बिन तल्हाला आदेशपूर्वक किल्ली देण्याची आज्ञा दिली. या प्रसंगी इन्कार करणे त्यांना शक्यच नव्हते. त्यांनी किल्ली पैगंबरसाहेबांच्या स्वाधीन केली. पैगंबरसाहेबांनी आत प्रवेश केला. नमाज़ आणि प्रार्थना करून बाहेर आल्यावर सगळ्यांचे डोळे पैगंबरसाहेबांकडे लागले होते. ते उस्मान बिन तल्हांना उद्देशून म्हणाले, ''एक काळ असा होता, मी तुझ्याकडे किल्ली मागितली, तू देण्यास नकार दिला. आज अल्लाहच्या आज्ञेने आम्ही मक्केवर विजय मिळवला. आता

किल्ली माझ्या हातात आहे. मी ज्याला पसंत करीन त्याला ही किल्ली देईन. मी ही किल्ली तुला देत आहे आणि अशी घोषणा करतो, की ही किल्ली प्रलयापर्यंत तुझ्याच वंशात राहील आणि जो कुणी तुझ्याकडून ही किल्ली काढून घेण्याचा प्रयत्न करील, तो मोठा पापी आणि अत्याचारी मानला जाईल.'' त्या वेळी कुरैश हजर होते, पैगंबरसाहेबांचे नातेवाईक हजर होते, परंतु पैगंबरसाहेबांनी ती किल्ली उस्मानला प्रदान केली- जी आजतागायत शैबा नावाच्या कुटुंबीयांकडे आहे- जे उस्मान बिन तल्हाच्या वंशातील आहेत. १४०० वर्षांत खूप बदल झाला. मदिनेतील पैगंबरसाहेबांचे पाठीराखे व आश्रयदाते अन्सार संपुष्टात आले; परंतु पैगंबरसाहेबांच्या वचनांचे हे चमत्कारच, की उस्मान बिन तल्हाचे वंशज मक्केत हयात आहेत. किल्ली त्यांच्याचकडे आहे. त्यांच्या मर्जीविना सौदी बादशाह व मंत्रीसुद्धा पवित्र कअबागृहाच्या आत जाऊ शकत नाहीत.

पवित्र वास्तूचे संक्षिप्त वर्णन

प्रकाशन दिनांक : ६-८-२०१२

मक्का मुकर्रमा (आदरणीय मक्का) हे शहर सौदी अरेबियाच्या पश्चिमेकडे हिजाझ़च्या एका अशा खोऱ्यात वसलेले आहे, ज्याच्या चारही बाजूंना कमी उंचीच्या डोंगरांनी वेढा घातला आहे. मक्का शहराचा सपाट उतार 'बत्हा' म्हणून ओळखला जातो. मक्केचा अक्षांश २१',२५',१९' उत्तर आणि रेखांश ३९', ४९', ४६' पूर्व आहे. समुद्रसपाटीपासून याची उंची ३०० मीटरहून अधिक आहे. या शहरात दाखल होण्याकरिता तीन दिशांनी मअल्लात, मुस्फिला आणि शुबैकरा असे तीन रस्ते आहेत. मअल्लातचा परिसर 'हजून' या नावानेही प्रसिद्ध आहे. हजून एक पहाड आहे आणि 'जन्नतुल मअल्ला'ची प्रसिद्ध आणि पवित्र दफनभूमी याच डोंगराच्या उतारावर आहे.

पवित्र कअबागृह या शहराच्या मध्यभागी विद्यमान आहे. ही वास्तू जवळपास घनाकार असून, त्याची उंची १४ मीटर, पूर्वेकडील लांबी १५.८४ मीटर, पश्चिमेकडील लांबी १५ मीटर, उत्तरेकडील रुंदी ९.९० मीटर आणि दक्षिणेकडील रुंदी ११.५२ मीटर इतकी आहे.

पवित्र कअबागृहाचा दरवाजा नेहमी बंद असतो आणि काही विशेष प्रसंगीच तो उघडला जातो. हा दरवाजा केव्हा, कधी आणि कुणाकरिता उघडायचा, हे संपूर्णपणे शैबा घराण्याच्या मर्जीवर अवलंबून आहे. कारण त्याची किल्ली पैगंबरसाहेबांनी मक्केवर विजय प्राप्त केल्यानंतर हिजरी सन आठ (इ.स. ६३१) मध्ये उस्मान बिन तल्हाला सुपूर्द केली होती, जी आजतागायत त्याच घराण्यात आहे. आश्चर्याची गोष्ट अशी, की ते घराणे आणि कअबागृहाची किल्ली राखण्याची परंपरा आजमितीलादेखील त्याच वंशात कार्यरत आहे. किल्ली स्वाधीन करण्याच्या कार्याला आज सुमारे १४५० वर्षे झाली. मक्केवर राज्य करणारे हजारो राज्यकर्ते आणि बादशाह पृथ्वीतलावर येऊन गेले, लाखो घराणी बेनामोनिशाण झाली, पैगंबरसाहेब आणि त्यांचे सिहाबी यांना मदिनेत आश्रय देणारे 'अन्सारी' आणि त्यांचे वंशज संपुष्टात आले. परंतु उस्मान बिन तल्हाचा 'शैबा' परिवार आजही कायम आहे. त्यांचे वास्तव्य मक्केतच आहे. एकाही राज्यकर्त्याने त्यांच्याकडून ही किल्ली हिसकावून घेण्याचे धाडस केलेले नाही. उलट त्यांना सर्व सवलती आणि संरक्षण प्रदान करण्याचे काम सरकार करते.

परंपरेनुसार हज्ज यात्रेच्या काळात पवित्र कअबागृहावर चढवण्यात आलेले वस्त्र

(ग़िलाफ़) बदलले जाते. त्या वेळी कअबागृहाला आतून व बाहेरून गुलाबाच्या अत्तराने स्नान (गुस्ल) घालण्यात येते. त्या वेळी मोठ्या इतमामाने कअबागृहाचे दार उघडले जाते. त्या प्रसंगी सौदी बादशाह आणि त्यांचे मंत्री व राज्यपाल इत्यादी तेथे समारंभपूर्वक हजर असतात. परंतु वास्तूच्या दारावर 'शैबा' कुटुंबातील जबाबदार व्यक्तीच्या उपस्थितीत व त्यांच्या मर्जीने कुणाला आत सोडायचे आणि कुणाला नाही, हे ठरवले जाते. गर्दी काबूत आणण्याकरिता तेथे प्रचंड बंदोबस्त करण्यात येतो. अनेक तास चालू असणारा हा पवित्र सोहळा मनःचक्षूंनी पाहण्यासारखा असतो. त्याची क्षणचित्रे व थेट प्रसारण जगभर प्रसारित करण्यात येते. काही वेळा असेही घडते, की साधा कर्मचारी आत प्रवेश करतो आणि मंत्रिगण आणि राजघराण्यातली महत्त्वाची माणसे वंचित राहतात. आपापले नशीब. ईश्वर ज्यास बोलावेल!

कअबागृहाचे अंतरंग

प्रकाशन दिनांक : ७-८-२०१२

पवित्र कअबागृहातील आतील चटईक्षेत्र अंदाजे २६ × ३० फूट इतके आहे. त्याच्या भिंती अंदाजे तीन फूट जाड आहेत. आतील उत्तर-पूर्व कोपऱ्यात एक वर्तुळाकार जिना आहे. ज्याभोवती सुबक भिंती उभारून एक लहानशी खोली तयार करण्यात आली आहे आणि त्यावर अस्सल सोन्याच्या चादरींनी मढलेला लाकडी दरवाजा लावण्यात आला आहे. या दरवाजाचे नाव बाबुत्तौबा (पश्चात्तापाचा दरवाजा) असे आहे. या दारावर कामदानीचा पडदा, ज्यावर सोन्याच्या तारेने पवित्र कुरआनातील आयती (श्लोक) लिहिण्यात आल्या आहेत. हा दरवाजा २.३० मीटर उंच व ७० सें.मी. रुंद आहे. त्यामधील जिना कअबागृहाच्या वर जाण्याकरिता आहे. छतावरील सफाई, दुरुस्ती आणि वर्षातून एकदा कअबागृहावरील वस्त्र (ग़िलाफ़/किस्वा) बदलण्याकरिता या जिन्याचा उपयोग करण्यात येतो. छतावर एक छिद्र आहे, ज्याची लांबी रुंदी १.७ × १.४ मीटर इतकी आहे, ज्यावर काचेची झडप आहे, त्याद्वारे सूर्यप्रकाश सतत कअबागृहात वास्तव्य करत असतो.

कअबागृहाची जमीन संगमरवरी टाइल्सने सुसज्ज आहे आणि भिंतींवरदेखील अत्यंत मजबूत, आकर्षक व रंगीत संगमरवर बसवण्यात आला आहे, ज्यावर सुबक नक्षी कोरण्यात आली आहे. आतील भिंती व छतावर हिरव्या रंगाचे पडदे लावण्यात आले आहेत. ज्यांच्यावर पवित्र कुरआनातील आयती लिहिण्यात आल्या आहेत. या पवित्रगृहाच्या मध्यभागी लांबीच्या दिशेने छताला आधार देण्याकरिता ४४ सें.मी. तीन गोलाकार खांब आहेत. पूर्वी हे खांब चंदनाचे होते आणि बहुधा भारतीय चंदनापासून तयार करण्यात आलेले असावेत. कारण, चंदनाची झाडे केवळ भारतातच आढळतात. कअबागृहाचे छत लाकडी आणि दोन पदरी असून, त्यात एक पोटमाळा आहे; वरच्या भागावर स्लॅब टाकण्यात आला आहे.

पवित्र कअबागृहाचे बाहेरील (दर्शनी) दार मूळ लाकडी असून त्यावर सोन्याचे पत्रे चढवण्यात आले आहेत आणि त्यावर पवित्र कुरआनच्या आयती कोरण्यात आल्या आहेत. इ.स. १९७८ च्या आसपास जुने दार बदलून शाह खालिदने नवीन दार लावण्याचे आदेश दिले, ज्यावर १ कोटी ३४ लाख सौदी रियाल इतका खर्च आला आणि २८० किलो सोन्याची किंमत याच्या व्यतिरिक्त आहे. प्राचीन काळात जेव्हा कअबागृहाची उभारणी

करण्यात आली होती, त्या वेळी त्याच्यावर छप्परही नव्हते आणि दारसुद्धा लावण्यात आले नव्हते. आत जाण्याचा मार्ग जमिनीबरोबर सपाट आणि खुला होता आणि हे मार्गही दोन होते. लोक पूर्वेकडील मार्गाने आत जायचे आणि पश्चिमेकडील मार्गाने बाहेर पडायचे. या पवित्र वास्तूवर पहिला एकपटी दरवाजा येमेनचा बादशाह 'असअद तुब्बअ सालिस' याने बसवला आणि इ.स. ६०६ मध्ये जेव्हा कुरैशने या वास्तूची पुनर्बांधणी केली, तेव्हा जमिनीपासून एक उंच चबुतरा (Plinth) बांधून दाराची उंची वाढवली, जेणेकरून या पवित्रगृहात प्रवेश देण्याची मक्तेदारी त्यांच्याचकडे राहिली. तसेच त्यांनी पश्चिमेकडील दारही बंद करून टाकले. याच वेळी दोनपटी दारही बसवण्यात आले. इसवी सन ६३१ मध्ये पैगंबरसाहेबांनी जेव्हा मक्केवर विजय मिळवला, त्या वेळी स्वायत्तता असूनसुद्धा या वास्तूत कुठलेही फेरबदल केले नाही. कारण, नुकतेच इस्लाममध्ये दाखल होणाऱ्यांच्या भावना त्यांना जास्त प्रिय होत्या.

मानवांपर्यंत पवित्र कुरआन कसे पोहोचले?

प्रकाशन दिनांक : १०-८-२०१२

पैगंबरसाहेबांचे असे अनेक सोबती होते, ज्यांना काही लिहितावाचता येत नव्हते. स्वतः पैगंबरसाहेबांनाही काही लिहितावाचता येत नव्हते; परंतु अल्लाहने त्यांच्या हृदयाला संपूर्ण संसाराच्या ज्ञानाने संपन्न केले होते.

अरबांचे दुसरे वैशिष्ट्य असे की, त्यांची स्मरणशक्ती जबरदस्त होती. पैगंबरसाहेबांचे अनेक सोबती असे होते, ज्यांना एकदा ऐकलेले वाक्य अथवा संवाद त्यांच्या जुजबी बाबींसह स्मरणात राहायचे. अनेकांना संपूर्ण कुरआन मुखोद्गत होते. पैगंबरसाहेबांवर २३ वर्षांच्या कालखंडात संपूर्ण कुरआन अवतरित झाले. ईशदूत हज़रत जिब्रईल जेव्हा कुरआनचे श्लोक पैगंबरसाहेबांना सांगायचे, तेव्हाच पैगंबरसाहेब ते श्लोक तोंडपाठ करायचे आणि लगेचच आपल्या लेखनिकाला बोलावून ते लिहून काढायला सांगायचे. सुरुवातीच्या काळात प्रेषितसाहेब हे श्लोक (आयत) स्मरणात ठेवण्याकरिता खूप प्रयत्नशील असायचे आणि या आयतींचा त्यांच्यावर खूप ताण पडायचा. नंतर अल्लाहाने त्यांना आदेश दिले की, या आयती लक्षात ठेवण्याकरिता आपण फार तसदी घेऊ नका; त्या विस्मरणात जाणार नाहीत, याची आम्ही काळजी घेऊ.

रमज़ानच्या पवित्र महिन्यात हज़रत जिब्रईल पैगंबरसाहेबांसमोर उपस्थित व्हायचे आणि त्यांच्याकडून संपूर्ण कुरआन ऐकून घ्यायचे. एके वर्षी ते पैगंबरसाहेबांना म्हणाले, "या वर्षी मी तुमच्याकडून दोनदा कुरआन ऐकून घेणार आहे." पैगंबरसाहेबांना हे समजायला उशीर लागला नाही की कदाचित हा माझा अंतिम रमज़ान असावा आणि हे वक्तव्य माझा जीवनकाळ संपण्याचा इशारा आहे. पैगंबर स्वतः दरवर्षी आपल्या सोबत्यांकडून त्यांच्याकडील लिखित वा तोंडी कुरआन ऐकून घ्यायचे आणि त्यांच्या चुका दुरुस्त करायचे; परंतु हज़रत जिब्रईलकडून निवेदन मिळताच त्यांनी मोठ्या प्रमाणात आपल्या साथीदारांना उपस्थित राहून कुरआन ऐकवण्याचे आदेश दिले. सोबत्यांच्या या समोरासमोर पठणाला 'अर्जाः' (सादरीकरण) असे नाव देण्यात आले आहे. पैगंबरसाहेबांच्या जीवनकाळापर्यंत कुरआनचे संपादन झालेले असले तरी, त्याचे संकलन झालेले नव्हते. म्हणजे एका ग्रंथाच्या स्वरूपात त्याचे अस्तित्व नसून, लोकांच्या स्मरणात किंवा लहानमोठ्या प्रमाणात चर्मपत्र, कातडे, लाकूड, वस्त्र, धातू, शिला, मातीच्या विटा अथवा झाडांच्या सालींवर कुरआन

लिहिलेले होते; परंतु कुरआनच्या संरक्षणाचा आणि जतन करण्याचा अधिक भार संपूर्ण कुरआन तोंडपाठ असलेले 'हाफ़िज़' मंडळींवरच होता, ज्यांची संख्या हजारोंवर होती.

पैगंबरसाहेबांच्या निधनानंतर एक घटना अशी घडली की, एका युद्धात सुमारे ६००० मुसलमान शहीद झाले. शहीद झालेल्यांमध्ये मोठी संख्या 'हाफ़िज़' लोकांचीही होती. या प्रसंगी इस्लामी राजवटीचे उत्तराधिकारी, पहिले ख़लिफ़ा हज़रत अबूबक्र होते. या युद्धाने सर्वांनाच हवालदिल करून टाकले. प्रेषितसाहेबांचे प्रतिष्ठित सोबती हज़रत उमर, जे नंतर इस्लामचे दुसरे आदर्श ख़लिफ़ा झाले, ते अत्यंत व्याकूळ झाले. कारण, या वेळी सर्वांत मोठा प्रश्न कुरआनच्या संरक्षणाचा होता. त्यांनी काय धोरण स्वीकारले? हे आपण पाहू या!

पवित्र ग्रंथांचे संकलन

प्रकाशन दिनांक : ९-८-२०१२

पैगंबरसाहेबांच्या निधनानंतर 'मुसैलमा कज़्ज़ाब' नावाच्या एका तोतया प्रेषिताने संपूर्ण अरबस्तानात हाहाकार माजवला. त्याने मदिनेच्या उत्तरेस यमामा येथे प्रचंड शक्ती गोळा केली आणि इस्लाम व इस्लामी राष्ट्राच्या विरोधात बंड पुकारले. त्याचा नायनाट करणे जरुरीचे होते. पहिले ख़लिफ़ा हज़रत अबूबक्र यांनी एक सशक्त सेना त्याच्या दिशेने पाठवली. घणाघाती युद्ध झाले. तोतया प्रेषित मारला गेला; परंतु सुमारे ६००० मुस्लिम सैनिक कामी आले. त्यात मोठी संख्या कुरआन तोंडपाठ केलेल्या 'हाफ़िज़' लोकांची होती. सर्वांसमोर पवित्र कुरआनच्या संरक्षणाचा आणि त्याला अखंड राखण्याचा प्रश्न उपस्थित झाला.

हज़रत उमर एक अत्यंत प्रभावशाली व्यक्तिमत्त्व असलेले पैगंबर-सोबती होते. त्यांच्यासंदर्भात एकदा स्वतः पैगंबरसाहेब म्हणाले होते, "माझ्यानंतर कोणी प्रेषित झाले असते तर ते उमर झाले असते!" यावरून आपण कल्पना करू शकता की, उमर (र.) किती दूरदर्शी होते. या नरसंहारामुळे त्यांची व्याकूळता अवाजवी नव्हती. कारण, त्यामागे प्रश्न कुरआनच्या संरक्षणाचा होता. उमर (र.) हज़रत अबूबक्रना भेटले आणि त्यांना म्हणाले, "कुरआनचे संकलन करून त्याला एका ग्रंथाचे रूप द्यायला हवे." अबूबक्र (र.)चे पैगंबरसाहेबांवर अफाट प्रेम होते. ते भावनात्मक होऊन म्हणाले, "जे काम पैगंबरसाहेबांनी केले नाही ते मी कसे करणार? पैगंबरसाहेबांनी आपल्या आयुष्यात संपूर्ण कुरआन लिहून घेण्याचे आदेश कधीच दिले नाहीत." परंतु हज़रत उमरने आग्रह सोडला नाही.

शेवटी अबूबक्र (र.) म्हणाले, की ठीक आहे, यावर आपण एक पंच नेमू या. तो देईल तो निर्णय आपण मान्य करू या. दोघांनी हज़रत ज़ैद बिन साबित (र.) यांना 'हकम' (पंच) नियुक्त केले. ज़ैद बिन साबितचे वैशिष्ट्य म्हणजे ते 'कातिबे वह्यी' अर्थात पैगंबरसाहेबांचे कुरआनचे लेखनिक होते. कुरआनच्या आयतींचे अवतरण होताच पैगंबरसाहेब त्यांना त्या आयती लिहून घेण्याचे आदेश देत असत. ते स्वतः कुरआनचे हाफ़िज़ होते. हे ऐकताच ज़ैद (र.) म्हणाले, "जे कार्य पैगंबरसाहेबांनी केले नाही, ते आपण कसे करू?" परंतु हज़रत उमर म्हणाले, "ओ ज़ैद! जर आपण संपूर्ण कुरआन अक्षरबद्ध केले तर त्यात हरकत काय आहे?" ज़ैद म्हणाले, "हरकत काहीच नाही!" त्याच क्षणी हज़रत अबूबक्र (र.)

यांनी एक शिष्टमंडळ नेमले आणि हज़रत ज़ैद यांना त्याचे अध्यक्ष नियुक्त केले. संपूर्ण मदिना शहरात दवंडी पिटवली गेली, की ज्या व्यक्तीपाशी कुरआनचे लिखित मसुदे, ज्या स्वरूपात असतील आणि ज्यांचे वाचन पैगंबरसाहेबांसमोर 'अर्जाः'च्या प्रसंगी अथवा एरवी झाले असेल, ते सर्व हज़रत ज़ैद यांच्याकडे सादर करावेत. हज़रत उमरसारखे त्यांचे अनेक मदतनीसही होते. आदेश असे होते की, ज्या आयती किमान दोन हस्तलिखितांमध्ये आढळतील, त्याच स्वीकाराव्यात; अन्यथा ते रद्द करून टाकण्यात यावे. हज़रत ज़ैद म्हणतात, ''या कामापेक्षा मला उहुदचे पहाड डोक्यावर उचलण्याचे आदेश देण्यात आले असते तर ते सोपे गेले असते.''

पवित्र कुरआनचे हस्तलिखित तयार करते वेळी हज़रत ज़ैद यांना काही श्लोकांवर थोडीशी शंका आली. त्या शंकेचे निराकरण करण्याकरिता ते अक्षरशः लोकांच्या घरोघरी जात असत. त्यांची खात्री पटल्यानंतरच त्या आयतीला नमूद करण्यात आले.

अशा प्रकारे मोठ्या परिश्रमाने पवित्र कुरआनचा एक अधिकृत ग्रंथ तयार करण्यात आला आणि तो ख़लिफ़ा हज़रत अबूबक्र यांना सुपूर्त करण्यात आले. नंतर त्यावरूनच अनेक प्रती तयार करण्यात आल्या.

पवित्र कुरआनची सत्त्वपरीक्षा

प्रकाशन दिनांक : ११-८-२०१२

पवित्र कुरआनमध्ये स्वतः कुरआनसंदर्भात एक अत्यंत महत्त्वाचे महावाक्य असे आहे, ''इन्ना नहनु नज़्जलनज़्र ज़िक्र व इन्ना लहू लहाफ़िज़ून.'' ('हे स्मरण आम्ही अवतरले आहे आणि आम्ही स्वतः याचे संरक्षक आहोत.') (अल्‌हिज्र १५:९) अल्लाहने कुरआनच्या संरक्षणासाठी अनेक उपाय योजले आहेत. आणि दिवसेंदिवस विज्ञानाची जशी प्रगती होत आहे; त्याच्या संरक्षणाचे काम अधिक मजबूत होत आहे. दहा वर्षांपूर्वीच्या ध्वनिमुद्रणापेक्षा आज मजकूर आणि आवाजाचे संरक्षण कितीतरी पटीने सोपे, सुधारित आणि उच्च दर्जाचे होत आहे.

आज जगातील कुठल्याही राष्ट्रात जा, कुठल्याही इमामसाहेबांच्या मागे उभे राहून नमाज़ पढा, कुठल्याही प्रकाशकाने छापलेल्या प्रतींची पाने उलगडून पाहा, त्यांमध्ये कानामात्रा तर मोठी गोष्ट; पण उच्चाराचासुद्धा फरक आढळणार नाही. या गोष्टीने पाश्चिमात्य विद्वानांना नेहमी आश्चर्यचकित करून ठेवले आहे. जर्मनीच्या म्युनिख विद्यापीठात पवित्र कुरआनच्या मजकुरात विसंगती शोधून काढण्याच्या ध्येयाने पहिल्या महायुद्धाच्या आसपास एक संशोधन संस्था कायम करण्यात आली होती. १९९३ मध्ये त्या संस्थेचे तिसरे संचालक डॉ. प्रेत्झल, डॉ. मुहम्मद हमीदुल्लाह यांना पॅरिस विद्यापीठात भेटले होते. ते पॅरिस विद्यापीठातील कुरआनच्या प्राचीन आवृत्तींचे फोटो-प्रती मिळवण्याकरिता आले होते. त्या वेळी संचालकाने अशी माहिती दिली, आमच्याकडे कुरआनचे एकूण ४२ हजार विविध प्रतींचे फोटो उपलब्ध आहेत आणि त्यांच्या तुलनेचे काम सुरू आहे. हे काम सुरू असताना दुसऱ्या महायुद्धात या संस्थेच्या इमारतीवर एक अमेरिकी बाँब पडला आणि इमारतीसह त्यांचे ग्रंथालयसुद्धा उद्‌ध्वस्त झाले. परंतु, यादरम्यान एक अंतरिम वृत्त या कामाबद्दल प्रसारित करण्यात आले, कुरआनमजीदच्या विविध आवृत्त्यांमधील तुलना करण्याचे जे काम आम्ही आरंभले होते; त्यात असे आढळून आले आहे, की मूळ मजकूर लिहिणाऱ्याच्या नजरचुकीने काही चुका झाल्याचे निश्चित आहे. (कारण, नक्कल करते वेळी असे होणे शक्य आहे.) परंतु, मूळ मजकुरात अथवा कथनामध्ये काहीच फरक नाही.

याचा अर्थ असा, की नक्कल करते वेळी झालेली चूक एका आवृत्तीत तर असू शकते. पण, तीच चूक प्रत्येक आवृत्तीत सापडणार नाही. याला आपण लेखनिकाची चूक

समजू शकतो. परंतु, मूळ मजकुराच्या साधर्म्यामुळे आपण सांगू शकतो, की कुरआनच्या सुरक्षिततेमागे एक दिव्यशक्ती आणि दैवी मर्जी कार्यरत आहे; जे त्याचे प्रलयापर्यंत संरक्षण करेल.

कुरआन संरक्षणासंदर्भात पैगंबरसाहेब स्वतः अत्यंत दक्ष होते. कुरआनच्या आयती अवतरित झाल्याबरोबर लेखनिकाला बोलावून त्याला लिहायला सांगायचे. बरोबर लिहिले की नाही, म्हणून पुन्हा वाचायला सांगायचे. आपल्या सोबत्यांना कुरआनसंदर्भात आदेश द्यायचे, (१) त्याचे वाचन तज्ज्ञांकडून करून घ्या, (२) त्याला लिहून घ्या, (३) त्याला मुखोद्गत करून घ्या.

कुरआनचे तज्ज्ञ शिक्षक स्वतः पैगंबरसाहेबांनी तयार केले होते. त्याच शिष्यांच्या शिष्यांचे शिष्य आजतागायत कुरआनचे शिक्षण देत आहेत. त्यांच्या पदवीतसुद्धा प्रथम शिक्षक म्हणून पैगंबरसाहेबांच्या नावाचा उल्लेख असतो.

श्रीमंत व्हायचे असेल तर..!

प्रकाशन दिनांक : १२-८-२०१२

गुलाबाच्या झाडाला चांगली फुले हवी असतील, तर त्याच्या फांद्या छाटाव्या लागतील. लहान मुलांचे केस घनदाट हवे असतील, तर कुटुंबातील वयोवृद्ध मंडळी त्या बाळाचे मुंडण करण्याचा सल्ला देतात. हा त्यांचा अनुभव आहे. झाडाच्या फांद्या कापल्या, डोक्याचे मुंडण केले, तर झाडांचे व त्वचेचे लुप्त गुण भराभराटीने बाहेर पडतात आणि माणसाला त्याचे ध्येय साधते.

तळ्यात पाणी साचले आणि त्यात नवीन पाण्याची भर पडली नाही, तर साचलेले पाणी सडून जाते आणि तलाव रिकामा करावा लागतो. सत्ता आणि संपत्तीचेही असेच काही गणित आहे. सत्ताधीश बदलला, की लोकांना थोडेसे बरे वाटते. त्याचप्रमाणे, तिजोरीतील साचलेली संपत्ती पुढे सरकली नाही, तर नवीन पैसे यायचे आपोआप थांबते. अल्लाहवर प्रेम करणाऱ्यांनी, संपत्तीवर कधीच प्रेम केले नाही. त्यांच्या या कृतीमुळे जगासमोर धनसंपत्तीविनाही जगता येते, याचे एक उदाहरण पुढीलप्रमाणे :

दिल्लीच्या बादशाहने हज़रत निजामुद्दीन औलिया यांना आपल्या दरबारात पदार्पण करण्याचे निमंत्रण पाठवले. हज़रत हजर झाले नाहीत. बादशाहने संदेश पाठवला, हज़रतसाहेबांना जमत नसेल, तर मी स्वतः आपल्या दर्शनार्थ येत आहे. हज़रत म्हणाले, 'बादशाहला सांगा, माझ्या घराला दोन दारे आहेत. बादशाह एका दाराने आला, तर मी दुसऱ्या दाराने निघून जाईन.' दुसऱ्या वृत्तात असे म्हटले आहे, 'बादशाहला ही जागा इतकी पसंत असेल, तर येथे येऊन मुक्काम करावा. आम्ही निघून जातो.'

आज कमी लोकांना माहीत आहे, की दिल्लीचा बादशाह मुहम्मद बिन तुघलकची कबर कुठे आहे. परंतु, हज़रत निजामुद्दीनच्या दर्ग्यावर दररोज हजारोंच्या संख्येत हिंदू, मुस्लिम, शीख, बौद्ध इत्यादी भाविकांची गर्दी असते.

हज़रत निजामुद्दीन (र.) पाच दिवस सोडून वर्षभर उपवास राखायचे. बाकीच्या प्रार्थनेचा प्रश्नच काय? परंतु, त्यांनी ज़कात कधीच दिली नाही. याचा अर्थ असा नाही, की त्यांच्याकडे धनसंपत्ती नव्हती. त्यांनी सात अत्यंत प्रभावशाली बादशाहांचा कार्यकाळ आपल्या डोळ्यांनी पाहिला. हे बादशाह त्यांच्या लंगरादीकरिता सोनेचांदीचे तोडे, सोन्याची तबकडी भरून कबुतरांच्या अंड्याएवढ्या आकाराचे खरे मोती, अगणित संपत्ती

पाठवायचे. तरीसुद्धा त्यांच्यावर ज़कात देण्याचे शरीअतप्रमाणे लागू झाले नाही. कारण, जकात देण्याच्या संपत्तीवर एक वर्ष ओलांडावे लागते; ज्याला इस्लामी कायद्यात 'हौलाने हौल' म्हणतात. या सूफी संतांनी आपल्या संपत्तीवर एक वर्ष ही तर मोठी गोष्ट एक रात्रसुद्धा ओलांडू दिली नाही. सकाळी संपत्ती आला आणि संध्याकाळपर्यंत त्याची विल्हेवाट लावून टाकायचे. चीजवस्तूंची लहानमोठी पोतडी करून गरजूंच्या घरी पोहोचती करायचे आणि या कामी त्यांचा सेवकवर्ग नेहमीच सज्ज असायचा. प्रवासात असताना त्यांचे भाविक त्यांचा तंबू सोन्याच्या मेखांनी रोवायचे आणि त्यांना याची कल्पनासुद्धा नसायची.

सिद्धहस्ते करण्यात आलेला दानधर्म संपत्तीची टंचाई कधीच भासू देत नाही, हेच खरे!

❋

रमज़ान महिन्यातील संसारत्याग

प्रकाशन दिनांक : १४-८-२०१२

संसारत्याग म्हणजे वैराग्य पत्करणे नव्हे. पाठशाळेत काही मुले वर्गात बसतात; पण ती वर्गात नसतात. एक इसम कअबागृहाच्या आवरणाला मिठी मारून धाय मोकलून रडत होता आणि स्वतःच्या मोक्षप्राप्तीची याचना करत होता. त्याच्या रडण्याचे लोक मनातून कौतुक करत होते, की ईश्वराच्या दरबारी असे रडण्याचे आम्हालाही भाग्य लाभो. त्याच ठिकाणी एक अंतर्यामी सूफीदेखील हे दृश्य पाहत होते. तेसुद्धा प्रभावित झाले. अचानकपणे त्यांच्या मनात आले, की जरा या भाविकाच्या मनाची चाचणी करूया, की तो कुठपर्यंत पोचला आहे? त्यांनी आपले अंत:चक्षू उघडले आणि भाविकाच्या मनाची पडताळणी केली. त्यांना आश्चर्याचा धक्का बसला. अंतिम मोक्ष मागणाऱ्याचे मन हरम शरीफच्या आवारातच नव्हते. तो तर बाजारपेठेत हिंडत होता. नंतर त्या सूफीने मिनाचे बाजारपेठ गाठले. तेथे त्यांना ग्राहकांचे थवेच्या थवे आणि धंद्यात मग्न व्यापारी भेटले; ज्यांना सलामचे उत्तर देण्यासाठीदेखील सवड नव्हती.

त्या सूफीचे मन खिन्न झाले. हज्जचा पवित्र महिना आणि हे लोक पैशाच्या मागे. ते परतणार होते, इतक्यात त्यांची दृष्टी एका व्यापाऱ्यावर पडली. त्याच्याकडे सर्वांत जास्त गर्दी होती. तो ग्राहकांबरोबर नीट बोलेना, अभिवादनाचे नीट उत्तर देईना, भावात कमीजास्त करायला तो तयार नव्हता. सूफींना याचे वाईट वाटत असले, तरी निघायच्या आधी त्यांनी त्या व्यापाऱ्याचे मन पडताळले. ते आश्चर्यचकित झाले. त्याचे मन पवित्र कअबाभोवती घिरट्या घालत होते आणि त्यातून अल्लाहच्या नावाचे जप ऐकू येत होते.

प्रार्थना कुठलीही असो, त्यात संसारमोहाला त्यागावे लागते. मग ती रमज़ानच्या महिन्यातील उपासना असो किंवा एरवी करण्यात येणारी प्रार्थना असो. ईश्वराची समीपता व त्याबरोबर एकात्मता निर्माण करण्याकरिता आपल्याभोवतालच्या, आपल्या सुखाला, आपल्या विश्रांतीला; एवढेच नव्हे, तर आपल्या अस्तित्वाला विसरावेच लागते.

पीरानेपीर हज़रत अब्दुल कादिर जिलानी (र.) आपल्या शिष्यांना नेहमी ताकीद करायचे, प्रार्थनेच्या वेळी पूर्णपणे त्यात विलीन व्हा. जणू काही तुम्हाला अल्लाहचे दर्शन घडत आहे आणि सांसारिक जीवन व्यतीत करताना पूर्णपणे त्यात विलीन व्हा.

एका अनुयायाने विचारले, ''हे कसे शक्य आहे. ध्यान विचलित होणे साहजिकच

आहे.'' हज़रत जिलानी उत्तरले.

''तू कधी नदी, तलावाच्या काठी गेला आहेस का?''

''हो! गेलो आहे.''

''तू तेथे पाणकोंबडी पाहिलीस का?''

''हो! पाहिली आहे.''

''मग तू हे पाहिले नाही, जेव्हा ती शिकार करण्याकरिता पाण्यात झेप घेते, वाऱ्याशी तिचा काहीच संबंध राहत नाही. परंतु, जेव्हा ती पाण्याबाहेर पडते, तिच्या अंगावर पाण्याचा एक थेंबसुद्धा राहत नाही. बस्स! जेव्हा तू प्रार्थनेस जाशील तेव्हा तुझ्या मनावर सांसारिक जीवनाची एक छटासुद्धा राहता कामा नये. हाच खरा संसार आणि हाच खरा संसारत्याग.''

असे जीवन जगणे अत्यंत सोपेपण आहे आणि खूप जिकिरीचेदेखील.

रमज़ान, अद्ल आणि एहसान

प्रकाशन दिनांक : १५-८-२०१२

'अद्ल' म्हणजे 'इन्साफ' आणि 'एहसान' म्हणजे 'उपकार.' मराठीतील 'अद्दल' किंवा 'अद्दल घडवणे' याच मूळ अरेबिक भाषेतील शब्दावरून घेण्यात आले आहेत. अदालत (न्यायालय), आदिल (न्यायप्रेमी) वगैरे मूळ अरेबिक भाषेतील प्रचलित शब्द आहेत. परंतु, आध्यात्मिक भाषेमध्ये 'अद्ल' हा शब्द एक वेगळी छटा दर्शवतो.

इस्लामी न्यायशास्त्राप्रमाणे प्रत्येक इसम एक व्यक्तिविशेष आहे. त्याच्या हातात कुठल्या ना कुठल्या प्रमाणात सत्ता आहे. गाडीचा थ्रॉटल दाबला, की ती धावते. तो किती दाबायचा आणि किती वेगाने गाडी चालवायची, याची पूर्ण सत्ता व्यक्तीच्या हातात असते. गाडी वेगाने चालवली, लोकांना चिरडले आणि स्वतःही ठार झाला. येथे आपण असे सांगू शकतो, की ईश्वराने त्याला प्रदान केलेल्या सत्तेचा त्याने दुरुपयोग केला आणि अद्लच्या विपरीत त्याने कार्य केले. आपली न्यायालये मृतकाला शिक्षा देऊ शकत नाहीत. परंतु, परलोकातील अल्लाहच्या न्यायालयात त्याला घोर शिक्षा मिळेल आणि ती शिक्षा इथल्यापेक्षा किती तरी पटीने भयानक असेल.

हे सर्व लक्षात ठेवून स्वतःवर व गाडीवर नियंत्रण ठेवत सावकाश गाडी चालवणे 'एहसान' आहे.

डॉक्टरने शस्त्रक्रियेकरिता पोटाचा छेद घेतला, छान शस्त्रक्रिया केली. परंतु, नको तो अवयव काढून टाकला. म्हणजे डॉक्टरने अद्लचा मार्ग सोडला. नातेवाईक गप्प बसले नाहीत. त्यांनी डॉक्टरला धडा शिकवला. म्हणजे त्यांनी रुग्णावर, डॉक्टरी पेशावर, समाजावर आणि स्वतःवर 'एहसान' केले. येथे एहसानचा अर्थ कुणाला उपकृत करणे नसून अवाजवी कृत्यांपासून समाजाला मुक्त करणे होय.

पार्किंगमध्ये गाडी सरळ लावली नाही. खोलीतून अर्धवट कचरा काढला, लिहिताना मराठी अक्षरांवर शिरोरेषा मारली नाही, पाहुण्यांना उन्हाळ्यात प्यायला कोमट पाणी दिले, झोपेतून कुणाला हडबडून जागे केले, आईवडील गरजू आणि आजारी असताना त्यांची शुश्रूषा न करता मित्रमंडळींसोबत जाणे, नमाज़करिता शुचिर्भूत होताना शरीराचे अवयव नीट न धुणे इत्यादी गोष्टी एहसानच्या विपरीत आहेत. नमाज़मधील एहसान हे आहे, की आपण अल्लाहला पाहत असल्याचा विचार मनात असावा अथवा अल्लाह आपल्याला पाहत

असल्याचा विचार मनात आणावा. इमान (निष्ठा) आणि एहसानच्या दरम्यान आणखी एक आयाम आहे आणि तो आहे 'तक्वा'; म्हणजे अल्लाहचे भय बाळगणे. हा टप्पा पूर्ण केल्याशिवाय माणूस एहसानपर्यंत पोहोचू शकत नाही.

एहसानचे अंतिम उदाहरण घ्यायचे असेल, तर एका जल्लादचा विचार करा. ज्याला आरोपीचा शिरच्छेद करण्याचे आदेश दिले आहेत. परंतु, त्याने अर्धवट मान कापली आणि निघून गेला. अद्‌ल झाले असले, तरी जल्लादाने न्यायव्यवस्थेवर, समाजावर आणि आरोपीवर एहसान केले नाही. कामाची परिपूर्णता एहसानचा प्रथम भाग आहे. 'कारण कामाच्या परिपूर्णतेशिवाय आपण 'एहसान'च्या दर्जाला पोहोचू शकत नाही.' (हदीस : सहीह मुस्लिम)

'अद्‌ल' आणि 'एहसान' एका नाण्याच्या दोन बाजू आहेत. अद्‌ल म्हणजे अतिरेकरहित, मध्यम मार्ग. रमज़ानच्या महिन्यातील इबादतींमध्ये जगाच्या पालनकर्त्याला हेच अभिप्रेत आहे.

अतिरेकापासून मुक्ती

प्रकाशन दिनांक : १७-८-२०१२

अतिरेकी फक्त नक्षली, माओवादी, जिहादी किंवा पोलिसांच्या यादीमध्येच सापडतात, असे अजिबात नाही. घरातील सूनबाई, सासूबाई, आपली मुले, शाळेतील विद्यार्थी, दुकानदार, ग्राहक आणि अनेक प्रसंगी आपली स्वतःची ओळखसुद्धा 'अतिरेकी' म्हणून होऊ शकते. काही अतिरेकी मवाळ असतात, तर काही अतिरेकी उर्मट असतात. आपल्या मागण्या पूर्ण न झाल्याने मुलाने दार जोरात बंद करून पाय आपटत निघून जाणे हीदेखील एक लहानशी अतिरेकी कारवाई आहे. सूनबाईने ऐकून न ऐकल्यासारखे करणे, सासूबाईने सूनबाईला कामाला हात न लावू देणे हीसुद्धा एक जुलमी अतिरेकी कृती आहे. अशा वागण्यामुळे कुटुंबाचे विघटन, घटस्फोट किंवा आत्महत्येपर्यंत परिणाम होऊ शकतात. काही वेळा एखाद्या समाजाच्या भावना दुखावल्या जातात किंवा त्यांना आपल्या वंचिततेची जाणीव होते, तेव्हा त्यातील काही मूर्ख व माथेफिरू माणसे समाजाला हानिकारक अशा कारवाया करतात आणि आपले ध्येय साध्य झाल्याचे समजतात.

इस्लाम धर्माला या गोष्टी नापसंत आहेत. इस्लामने याचे फक्त खंडनच केले नाही, तर आपल्या आचारसंहितेत या गोष्टींना आळा बसावा, असे उपाय योजिले आहेत. मुस्लिम कुटुंबव्यवस्थेवर इस्लामी शरिअतची पकड मजबूत आहे. मुलांनी केलेल्या लहानमोठ्या गुन्ह्यांबद्दल आईवडिलांना शिक्षा तर दिली जात नाही, मात्र त्यांना जबाबदार मानण्यात येते. कारण, त्यांनी मुले लहान असताना त्यांच्यावर चांगले संस्कार करण्यात ते अपुरे पडले. मुस्लिम कुटुंबात एकमेकांना खूप आदराने वागणूक देण्याची पद्धत आहे. मुलांसमोर आईवडिलांनी कसे वागावे व मुलांकडून कशा वागणुकीची अपेक्षा करावी, याची अनेक उदाहरणे प्रेषितसाहेबांच्या व त्यांच्या सोबत्यांच्या जीवनातून आपल्याला पाहावयास मिळतात. मूल सात वर्षांचे झाले, की त्याला नमाज़ची ताकीद करावी, दहा वर्षांचे झाले की नमाज़ची सक्ती करावी, काही प्रमाणात शिक्षाही द्यावी, त्याचे अंथरूण वेगळे करावे, त्याने वडीलधाऱ्यांसमोर असभ्य वर्तन केले तर त्याला शिक्षा द्यावी. आईवडिलांनीसुद्धा मुलांसमोर सभ्य वर्तन करावे. आजची मुले शहाणी झाली आहेत. त्यांच्यासमोर आपले खासगी व्यवहार करू नयेत. पतिपत्नीचे भांडण मुलांच्या मानसिकतेवर खूप वाईट परिणाम करते. आपल्या नातेवाइकांबद्दल आपल्या मुलांसमोर नेहमी चांगले उद्गार काढावेत,

जेणेकरून मुलांना आपल्या परिवाराबद्दल अभिमान वाटेल.

हट्ट आणि जिद्द मुलांना ईश्वराने दिलेले एक वरदान आहे. त्यांच्या वाजवी मागण्या जरूर पूर्ण कराव्यात. हिटलर, मुसोलिनी, गांधी, फुले, मौलाना आज़ाद ही सर्वच नेतेमंडळी खूप हट्टी होती; परंतु पहिल्या दोघांच्या (हिटलर, मुसोलिनी) हट्टीपणाचे उदात्तीकरण नीट झाले नसल्याने त्यांनी नरसंहार घडवून आणले; परंतु बाकीच्यांनी आपल्या हट्टीपणातून समाजाला एक नवी दिशा दिली.

इस्लामी आचारसंहितेनुसार मुलांनी आईवडिलांसमोर मोठ्या आवाजात बोलण्यास-देखील मनाई आहे आणि ज्या पालकाने आपल्या बाळांचे आणि विशेषतः मुलींचे उत्तमरीत्या पालनपोषण केले, त्याला मरणोत्तर स्वर्गवास निश्चित आहे. आयुष्यात आपल्या मुलांना चांगले प्रशिक्षण देण्याच्या अनेक संधी येतात. त्यात रमज़ान हा पवित्र महिनादेखील आहे. या महिन्यात समाजाचे वातावरण एकदम बदलते आणि प्रशिक्षणाचे काम सत्तर पटीने सोपे होऊन जाते. पालकांनी याचा लाभ घ्यायला हवा.

रमज़ान ईदचे पावित्र्य

प्रकाशन दिनांक : २०-८-२०१२

इतर धर्मांप्रमाणे इस्लामी शरिअतनेदेखील आपल्या अनुयायांना हसण्याबोलण्याचे स्वातंत्र्य दिले आहे. मुस्लिम बांधव वर्षातून दोन सण साजरे करतात. एक रमज़ान ईद (ईदुल-फ़ित्र) आणि दुसरी बक़र ईद (ईदुल-अज़्हा). ईदेमिलादुन्नबी (पैगंबर जयंती) हे सण फक्त मुसलमानांचे नसून सर्व मानवजातीचे आहेत. कारण, अंतिम प्रेषित हज़रत मुहम्मद (स.) फक्त मुस्लिमांकरिताच पाठवण्यात आले नसून, ते सर्व मानवजातीकरिता संदेष्ठा म्हणून पाठवण्यात आले होते.

रमज़ानचे ३० उपवास संपल्यानंतर इस्लामी पंचांगाप्रमाणे एक शव्वालला 'रमज़ान ईद' साजरी केली जाते. ईदुल-अज़्हामागे ४५०० वर्षांपूर्वीचा इतिहास आहे; परंतु पहिली 'रमज़ान ईद' ईश्वरी आदेशाने ३० डिसेंबर ६२३ रोजी साजरी केली गेली. या पाठोपाठ काही महिन्यांनी ७ मार्च ६२४ रोजी ईदुल-अज़्हा मोठ्या इतमामाने साजरी करण्याचे आदेश दिले गेले.

या दोन्ही सणांमध्ये एक साम्य असे आहे की, या सणांचा प्रारंभ अल्लाहच्या प्रार्थनेने होतो. रमज़ान ईद आणि बक़र ईदमध्ये सूर्य उगवल्यानंतरही नमाज़ पढावी लागते. ही नमाज़ प्रत्येक प्रौढ व सुजाण व्यक्तीवर सक्तीची असून, नमाज़ न पढणे शरिअतमध्ये गुन्हा समजला जातो. पैगंबरसाहेब ही नमाज़ पढण्याकरिता मदिना शहराच्या बाहेर मैदानात जात असत. त्याच प्रथेनुसार आजही प्रत्येक शहरात एक ईदगाह असते आणि मुस्लिम बांधव सामूहिकरीत्या या ईदगाहमध्ये नमाज़ अदा करतात. लोकवस्ती वाढल्याने सर्वांना जागा मिळणे कठीण होते; म्हणून शहरातील लहानमोठ्या मशिदीतदेखील ईदची नमाज़ पढण्याची सोय करण्यात येते. नमाज़पठणानंतर इमामसाहेब 'खुत्बा' (ईदचे विशेष प्रवचन) सादर करतात. याचे श्रवणसुद्धा प्रत्येकावर बंधनकारक आहे.

रमज़ान ईदच्या आदल्या दिवशी सद्क-ए-फ़ित्र (ईदचे विशेष दान) देणेसुद्धा प्रत्येक श्रद्धावंतांवर बंधनकारक आहे. घराच्या प्रत्येक व्यक्तीवर अंदाजे पावणेदोन किलो आपण खात असलेले गहू अथवा त्याची किंमत आपल्या जवळच्या गोरगरिबांमध्ये वाटप करणे आवश्यक आहे. याचे कारण उघड आहे की, मानवी समाजाच्या प्रत्येक घटकाने ईदच्या आनंदात सहभागी व्हावे.

ईद साजरी करणे एक गंभीर विषय नसला तरी, ईदचे गांभीर्य टिकवणे मात्र संपूर्ण मुस्लिम समाजावर बंधनकारक आहे. सध्याच्या समाजाला लोकशाहीने व्यापले आहे आणि लोकशाहीला समाजाने विळखा घातला आहे. हटकणारी माणसे समाजातून नाहीशी झाली आहेत, म्हणून अशिक्षित तरुण पिढी सामाजिक आणि धार्मिक चालीरीती बाजूला सारून मनमोकळेपणाने वागत आहे. या पिढीच्या उद्धटपणामुळे सणांचे पावित्र्य नष्ट होत आहे. आतषबाजी, ढोलताशे आणि कानठळ्या बसवणाऱ्या ध्वनिक्षेपकांच्या कर्कश्श आवाजांमुळे प्रत्येक सणांचे गांभीर्य नष्ट होऊन ध्वनिप्रदूषण हे भारतीय सणांची ओळख बनली आहे. ईद आणि सिनेसंगीत परस्परविरोधी संज्ञा आहेत. प्रत्येक समाजातील जाणत्या मंडळींनी हे आवाहन स्वीकारावे आणि ध्वनिप्रदूषणापासून समाजाला मुक्ती मिळवून द्यावी. प्रत्येक सण एक ईश्वरी वरदान आहे आणि त्यात केवळ ईश्वराच्या नावाचाच जप, मनन, चिंतन होणे आवश्यक आहे. ईदच्या नमाज़ पठणापूर्वी आणि नमाज़ पठणानंतर 'तस्बीहो तहलील' (अल्लाहचे नामस्मरण) करण्याची ताकीद करण्यात आली आहे.

जनसामान्यांसंबंधी साक्षीदार समाज!

प्रकाशन दिनांक : ११-७-२०१३

उर्दू भाषेतील एक शेर आहे :

येह शहादतगहे उल्फ़त में क़दम रखना है।
लोग आसान समझते हैं मुसलमाँ होना॥

भावार्थ असा, 'लोकांना (आणि खुद्द मुसलमानांना) असे वाटते, की मुसलमान होणे किंवा इस्लाम धर्म स्वीकारणे फार सोपी गोष्ट आहे; परंतु मुसलमान होणे खरे तर प्रेमाच्या वधस्तंभावर पाऊल ठेवण्याइतके कठीण आहे.'

परलोकात आणि विशेषतः निवाड्याच्या दिवशी प्रत्येक इसमास त्याच्या प्रत्येक कर्माचा जाब विचारला जाणार आहे म्हणजे क्षणाक्षणाचा आणि पै-पैचा हिशेब ईश्वरासमोर सादर करावा लागणार आहे. या सर्व परिस्थितीमध्ये मुस्लिम समाजाला सर्वांत अधिक व कडक कारवाईला सामोरे जावे लागणार आहे. त्यांना सांगण्यात येईल, की जगातील इतर समाजापेक्षा तुमच्यावर अधिक जबाबदाऱ्या टाकण्यात आल्या होत्या. तुम्हाला एक सविस्तर ग्रंथ पवित्र कुरआनच्या स्वरूपात देण्यात आला होता. त्यात तुमच्या जीवनाच्या संपूर्ण मार्गदर्शनासाठी आवश्यक बाबी काटेकोरपणे शब्दबद्ध करण्यात आल्या होत्या. एवढेच नव्हे, तर त्या ग्रंथाबरोबर तुमच्यापैकीच एक प्रेषितदेखील पाठवण्यात आला होता- ज्याने ग्रंथातील प्रत्येक आदेशाचे स्वतःहून पालन करून दाखवले. जेणेकरून प्रलयापर्यंत कुणी हे सांगू शकणार नाही, की अमुक बाब आमच्या आटोक्याबाहेरील आहे किंवा अमुक बाबींची अंमलबजावणी करणे सर्वसाधारण माणसाला जमणार नाही.

प्रेषितसाहेबांच्या याच आचरणाला 'हदीस' म्हणून संबोधले जाते. मुस्लिम समाजाने जिवापलीकडे जाऊन 'कुरआन' आणि 'हदीस'ची जोपासना केली आहे. हे सर्व लिखित स्वरूपात सर्वत्र उपलब्ध आहे. हेदेखील एक कारण आहे, की मुस्लिम समाज धार्मिकरीत्या एक नावाजलेला समाज आहे, म्हणून त्याच्या जबाबदाऱ्याही इतर समाजांपेक्षा अधिक आहेत. समाजातील बिघाड आणि अन्याय बघून हा समाज गप्प राहू शकत नाही. मुस्लिम समाजाने जर डोळेझाक केली तर त्याचा अर्थ असा होईल, की त्याने कुरआनचा आदेश डावलला आणि आपली जबाबदारी पार पाडली नाही.

पवित्र कुरआनात मुस्लिम समाजाला उद्देशून सांगण्यात आले आहे, 'अल्लाह ज्याला

इच्छितो त्याला सन्मार्ग दाखवितो आणि अशाच प्रकारे आम्ही तुम्हाला उत्तम समाज बनविले आहे- जेणेकरून जगातील लोकांवर तुम्ही साक्ष व्हा आणि प्रेषित तुमच्यावर साक्षी असतील.' (अल्‌बक़रा : २:१४३)

या आयतीमध्ये मुस्लिम समाजाला 'उम्मतेवसत' अशी उपाधी देऊन गौरवण्यात आले आहे. अर्थ असा, एक उच्च आणि उत्तम लोकसमूह- जो न्याय, औचित्य आणि मध्यममार्गाचे अनुकरण दृढपणे करत असावा, ज्याला जगातील लोकसमूहांमध्ये महत्त्वाचे स्थान प्राप्त असावे, ज्याचे संबंध इतरांबरोबर समान पातळीवरील, सत्यनिष्ठ व सचोटीचे असावेत. हे सर्व सांभाळणे सोपे नाही. हे बक्षीस नसून, जबाबदारी आहे, आणि म्हणूनच न्यायनिवाड्याच्या दिवशी मुस्लिम समाजाला इतरांपेक्षा जास्त आणि सक्तीने जाब विचारला जाणार आहे. मुस्लिम समाजाने याचे भान राखावे.

लेनची शिस्त पाळा

प्रकाशन दिनांक : १२-७-२०१३

कुठल्याही द्रुतगती मार्गावर प्रवास करत असताना ठरावीक अंतरावर एक फलक वारंवार आढळतो, 'लेनची शिस्त पाळावी', आणि अनेकदा असेही घडते की काही तरुण मुले, आपल्या तारुण्याच्या जोशात किंवा काही मादक पदार्थ सेवन केल्याने महामार्गावर आखलेल्या पट्ट्यांचे किंवा लेनचे भान ठेवत नाहीत. ते लेन मोडतात, वेगवान वाहनावर नियंत्रण राहत नाही आणि स्वतःचे व दुसऱ्याचे प्राण गमावून बसतात.

जगात विद्यमान असलेले सर्व धर्म म्हणजे जनमानसांना जीवनाच्या महामार्गावर आखून देण्यात आलेल्या 'लेन' आहेत. आपल्या धर्मावर म्हणजे आपल्या लेनमध्ये राहून, वेळ आणि वेगमर्यादा सांभाळून, द्रुतगतीने गाडी चालवा, कधीही अपघात होणार नाही. स्वतःच्या धर्मामध्ये करण्यासारखे आणि शिकण्यासारखे बरेच काही आहे. लोक ते सोडून बऱ्याचदा इतरांच्या धर्मात शिरकाव करतात, ठिणगी उडते, नंतर मोठे स्फोट घडून येतात, यांनाच लोक जातीय दंगली म्हणतात.

इस्लाम धर्माने या नकारात्मक विचारसरणीवर पवित्र कुरआनमार्फत अनेक ठिकाणी जाणीवपूर्वक बंदी घातली आहे. अध्याय १०९ मध्ये सहाव्या आयतीत म्हटले आहे, 'लकुम दीनुकुम वलियदीन' (तुमच्यासाठी तुमचा धर्म आहे आणि माझ्यासाठी माझा धर्म). म्हणजेच तुमच्या मर्यादा (लेन) तुम्ही सांभाळा, माझ्या मर्यादा मी सांभाळतो.

आजच्या जहालमतवाद्यांच्या युगात काहींना असे वाटते की, सर्वकाही त्यांच्या मनाप्रमाणेच व्हावे. एकतर इतर धर्मीयांनी त्यांचा धर्म तरी स्वीकारावा अथवा त्यांना संपुष्टात तरी आणावे. हे कदापि शक्य नाही. जगातील विविधता ईश्वरमान्य आहे. पवित्र कुरआनात म्हटले आहे, की 'लोकहो! आम्ही तुम्हाला एका पुरुष व एका स्त्रीपासून निर्माण केले आणि मग तुमची राष्ट्रे आणि जाती बनवल्या, जेणेकरून तुम्ही एकमेकांना ओळखावे, वास्तविकतः अल्लाहजवळ तुमच्यापैकी सर्वांत जास्त प्रतिष्ठित तो आहे, जो तुमच्यापैकी सर्वांत जास्त ईशपरायण आहे. निश्चितच अल्लाह सर्वकाही जाणणारा आणि खबर राखणारा आहे.' (सूरह अल हुजुरात : ४९:१३)

सदर आयतीत वंश, वर्ण, भाषा, वेष, देश आणि राष्ट्रीयतेचा पक्षपातीपणा बाळगणाऱ्यांना ठणकावून सांगण्यात येते की, तुम्हा सर्वांचे मूळ एकच आहे, तुम्ही एक

असतानादेखील तुमचे राष्ट्र, जाती आणि कुळात विभागले जाणे स्वाभाविक होते आणि या आधारावर उच्च, नीच, श्रेष्ठ व कनिष्ठ, स्पृश्य व अस्पृश्य, वंश, वर्ण, जात, धर्म आणि याचसारख्या क्षुल्लक बाबींवर आपले स्वतःचे व समाजाचे श्रेष्ठत्व गाजवावे व समाजात तेढ निर्माण करावी असे नव्हे. माणसामाणसांदरम्यान श्रेष्ठता व उच्चतेचा निकष जातिवर्ण नसून, तो केवळ नैतिकतेच्या श्रेष्ठतेवर आधारित आहे.

ही नैतिकता सर्वधर्मीयांनी सांभाळली, तर कुठल्याही प्रकारच्या दंगली कदापि घडणार नाहीत.

घेणाऱ्यापेक्षा देणारा श्रेष्ठ!

प्रकाशन दिनांक : १३-७-२०१३

रमज़ानचा महिना केवळ उपवास राखण्याचाच नसून, त्यात अनेक उपासना उपवासधारकाकडून कळत नकळत प्रामाणिकपणाने करवून घेतल्या जातात. इस्लामिक संस्कृतीमध्ये देणाऱ्या हाताला म्हणजे खालच्या हातापेक्षा वरच्या हाताला श्रेष्ठ मानले गेले आहे. ज्या संस्कृतीमध्ये गोरगरिबांच्या, दीनदुबळ्यांच्या जेवणाची व्यवस्था करण्याची परंपरा असते, त्या समाजातल्या माणसांची मने संवेदनशील असतात, ते लोकांची भूक आणि यातना बघून व्याकूळ होतात, अशा मानवतावादी समाजात चोऱ्यामाऱ्या होत नाहीत. ते इतरांचा माल गिळंकृत करत नाहीत. अशा समाजामध्ये लाचलुचपतीचे प्रमाण खूप कमी असते. असा समाज केवळ स्वतःसाठी जगत नसून, ते इतरांसाठीही जगतात.

पवित्र कुरआनात अनेक ठिकाणी गरिबांना जेवण देण्यासाठी लोकांना उद्युक्त करण्यात आले आहे, आणि जी व्यक्ती गरिबांना जेवण देत नाही, त्याचे कसे हाल होतील, या आयतीतून सिद्ध होते : '...धरा याला आणि याच्या मानेत जोखड घाला; मग याला नरकामध्ये झोकून द्या, मग याला ७० हात लांब साखळीत जखडा. हा श्रेष्ठ व उच्चतर अल्लाहवर श्रद्धाही ठेवत नव्हता व गरिबांना जेवण देण्यास लोकांना उद्युक्तही करीत नव्हता.' (अलहाक्का : ६९:३४)

स्वर्गात प्रवेश करणारी माणसे कोण असतील व त्यांनी या जीवनात कुठले पुण्यकर्म केले असेल, त्याचा एक आराखडा पुढीलप्रमाणे देण्यात आला आहे,

'...आणि जे अल्लाहच्या प्रेमात गरीब आणि अनाथ व कैद्यांना जेवू घालतील (आणि त्यांना म्हणतील) 'आम्ही तुम्हाला केवळ अल्लाहसाठी जेवू घालीत आहोत, आम्ही तुमच्याकडून कोणताही मोबदला (किंवा) आभारप्रदर्शनही इच्छित नाही.' (अद्दहर : ७६:८)

नरकात पाठवल्या जाणाऱ्यांची ही अवस्था कशापायी झाली? त्यांच्या अनेक कारणांतून एक कारण असे सांगण्यात आले आहे, की '...तोच तर आहे जो अनाथाला धक्के देतो आणि गरिबांना जेवण देण्यासाठी उत्तेजन देत नाही.' (अल्माऊन :१०७:३)

अशा प्रकारे इस्लामी शरीअतमध्ये अनेक ठिकाणी मुस्लिम समाजाला लोकांच्या गरजा भागवण्यासाठी आणि त्यांना अन्न, वस्त्र आणि निवारा पुरवण्यासाठी उत्तेजित करण्यात आले

आहे. विविध उपासनांच्या दरम्यान माणसाच्या हातून काही चुका घडतात. उदाहरणार्थ, रमज़ान महिन्यात कुणी जाणूनबुजून वेळेच्या आधी उपवास सोडला किंवा उपवास राखलाच नाही, अशा व्यक्तीला शिक्षा म्हणून सतत ६० दिवसांचे उपवास राखण्याचे आदेश आहेत. असे करताना एकही खाडा झाला तर पुन्हा एकपासून साठपर्यंत उपवास करावेत. एखाद्या व्यक्तीला आरोग्याच्या दृष्टीने असे करणे जमत नसेल, तर अशा व्यक्तीने ६० गरिबांना दोन वेळचे पोटभर जेवण द्यावे. याला 'कफ़्फ़ारा' (परतफेड) असे म्हणतात. तात्पर्य असे की, कुठल्या ना कुठल्या पद्धतीने लोक देणारे बनावेत, 'फक्त घेणारी माणसे' समाजाला वाळवी लावून टाकतात. यांच्यामुळेच केवळ समाजच नव्हे, तर संपूर्ण देश आणि संपूर्ण संस्कृतीचा अस्त होतो. या दृष्टिकोनातून आपण आपल्या समाजाचे वर्णन केले तर दिसून येईल, की घेणारे हात अधिक आहेत, देणारे कमी.

एक आर्थिक उपासना आणि मानवी समाज

प्रकाशन दिनांक : १७-७-२०१३

रमज़ानच्या पवित्र महिन्यात सर्व मुस्लिम बांधव एक आर्थिक उपासना करतात आणि ती आहे 'ज़कात' देण्याची. हे एक प्रकारचे दान आहे- जे आपल्या मालमत्तेवर वर्षातून एकदा हिशेब करून देणे गरजेचे आहे. पवित्र कुरआनातून अनेक ठिकाणी सलात (नमाज़) बरोबर ज़कातीचाही उल्लेख आढळतो. इस्लामच्या चार प्रार्थनापद्धती आहेत. त्यांपैकी एक ज़कात आहे. (१) सलात (नमाज़) (२) उपवास (रोज़ा) (३) ज़कात आणि (४) हज्ज. या चारींपैकी एकाचाही इन्कार करणारा मुसलमान राहत नाही. पैगंबर हज़रत मुहम्मदसाहेबांच्या देहावसानानंतर काही लोकांनी ज़कात देण्यास नकार दिले होते. पहिले ख़लिफ़ा हज़रत अबूबक्र सिद्दीक़ (र.) यांनी त्यांच्याविरुद्ध जिहाद पुकारले आणि त्यांना ज़कात देण्यास भाग पाडले. या युद्धात १० हजार मुर्तद (ज़कात देण्यास इन्कार करणारे) मारले गेले आणि ६००० मुसलमान धारातीर्थी पडले. या घटनेवरून आपणास कल्पना येईल, की इस्लामी शरीअतमध्ये ज़कात देण्याचे महत्त्व किती आहे.

ज़कात 'साहिबे निसाब' म्हणजे दारिद्र्यरेषेच्या वरची धनाढ्य माणसे देतात. आजपासून तब्बल १४५० वर्षांपूर्वी ही दारिद्र्यरेषा ठरवण्यात आली. ज्याच्याजवळ ८७.४७९ ग्रॅम इतके सोने अथवा ६१२.३५ ग्रॅम इतकी चांदी किंवा या किमतीचा विकाऊ माल किंवा नाणी, नोटा, एफ.डी., शेअर सर्टिफिकेट, कंपन्यांमध्ये इतर गुंतवणूक, लोकांना दिलेले कर्ज इत्यादी रकमेवर ज़कात आहे. ही ज़कात एकूण संपत्तीचा चाळिसावा भाग म्हणजे अडीच टक्के वजा करून गोरगरिबांमध्ये वाटून टाकावी. जवळच्या नातेवाइकांना प्राधान्याने देण्यात यावी. संपत्तीवर एक संपूर्ण वर्षाचा कालावधी ओलांडला गेला पाहिजे. आईवडील आपल्या मुलामुलींना, तसेच मुले आपल्या मातापित्यांना ज़कात देऊ शकत नाहीत. तसेच आजीआजोबा व मुलामुलीच्या अपत्यांनादेखील ज़कात दिली जाणार नाही. दांपत्य एकमेकांना ज़कात देऊ शकत नाहीत. परंतु काही उलेमांच्या मते पत्नी पतीला ज़कात देऊ शकते. कारण त्याच्या खर्चाची जबाबदारी पत्नीवर नाही.

संपत्तीवर एक संपूर्ण वर्ष ओलांडल्यानंतरच ज़कात लागू होते. वर्षभरात कितीही संपत्ती आली, परंतु वर्ष पूर्ण होण्याच्या आधीच खर्च झाली, तर त्यावर ज़कात नाही. ज़कात अनिवार्य होण्याइतकी संपत्ती असेल आणि वर्षभर त्यात भर पडत गेली तर संपूर्ण जमा

पुंजीवर ज़कात काढावी. काही विशेष कारणासाठी रक्कम बाजूला काढून ठेवली असेल, परंतु ते काम किंवा कार्य वर्षाच्या आत पूर्ण झाले नाही आणि रक्कम तशीच शिल्लक राहिली, अशा रकमेवर ज़कात आकारावी. कुणी आपल्याकडे एक मोठी रक्कम अनामत ठेव म्हणून सांभाळ करण्याकरिता आणून ठेवली, अशा रकमेवरदेखील ज़कात नाही, मात्र मूळ मालकाने त्याची ज़कात दिली पाहिजे. पती आणि पत्नीचा माल वेगवेगळा आहे. तो एक नाही. दोघांनी वेगवेगळी ज़कात काढली पाहिजे.

एलआयसी, भविष्य निर्वाह निधी (पीएफ), ग्रॅच्युइटी आणि असा सर्व निधी आणि रकमा- ज्याचे स्वामित्व अथवा मालकी हक्क आपल्याकडे नसतील अशा सर्व रकमांवर ज़कात लागू होत नाही. व्यवसायाची सर्व अवजारे व हत्यारे- जसे डॉक्टरी मशिन्स, ट्रक, ट्रॅक्टर, वाहने, विमाने इत्यादींवर ज़कात नाही.

स्त्री स्वायत्तता आणि इस्लाम !

प्रकाशन दिनांक : १८-७-२०१३

ह. बरीरह (र.) नावाची एक महिला ह. मुहम्मद (स.) यांच्या धर्मपत्नी हज़रत आएशा (र.) यांची बांदी (सेविका) होती. तिला हज़रत आएशा यांनी मुक्त केले होते. त्या महिलेचा विवाह ह. मुगीस नावाच्या एका व्यक्तीबरोबर- ज्यांना त्या पसंत करत नव्हत्या- झाला होता. काही दिवसांनी त्यांचा हा विवाह संपुष्टात आला. त्या आता मुक्त होत्या. त्यांचे पती त्यांच्याबरोबर पुनर्विवाह करण्याचा आग्रह करत त्यांच्या मागे अक्षरशः रडत फिरायचे. एकदा ते आपली मागणी घेऊन हज़रत प्रेषितसाहेबांजवळ गेले आणि ह. बरीरहने त्यांच्याबरोबर पुनर्विवाह करावा, अशी शिफारस करण्यास भाग पाडले. पैगंबरसाहेबांनी ह. बरीरह यांना त्यांच्या पतीची इच्छा सांगितली. बरीरहने विचारले, ''या रसूलुल्लाह (स.)! हा आपला सल्ला आहे की आदेश?'' प्रेषितसाहेब उत्तरले, ''हा आदेश नसून केवळ सल्ला आहे.'' (अर्थ असा की, हा जर आदेश असता तर आज्ञापालन करणे भाग पडले असते, म्हणून प्रेषितसाहेबांनी केवळ सल्ला दिला.) बरीरह (र.) म्हणाल्या, ''मग तर मी त्यांच्याशी विवाह करू इच्छित नाही.'' पैगंबरसाहेबांनी त्यांचा आदर राखला व नंतर कुठलाही आग्रह न करता एका महिलेच्या इच्छेला प्राधान्य दिले.

इस्लामच्या आगमनापूर्वी अरब राष्ट्रांत मुलगी एक तिरस्कृत व्यक्ती होती. इस्लाम धर्माने तिला वारसाहक्क दिला, विवाह सोहळ्यामध्ये तिच्या मान्यतेला प्रथम स्थान दिले. तिच्या उत्तमरीत्या पालनपोषण करणाऱ्या पित्याला स्वर्गप्राप्तीचा शुभसंदेश दिला. उत्तम मातृत्व करणाऱ्या मातेच्या पायाखाली स्वर्ग असल्याची जाणीव तिच्या अपत्याला करून दिली. शारीरिक आणि मानसिकदृष्ट्या महिला दुर्बल असली तरी सामाजिकदृष्ट्या तिला पुरुषाइतकेच स्थान दिले गेले. पवित्र कुरआनात महिलांच्या संदर्भात एक संपूर्ण अध्याय (सुरह) अवतरवण्यात आला असून, एकूण ४९ महावाक्यात (आयतीत) महिलांचा आणि त्यांच्या कौतुकास्पद बाबींचा उल्लेख करण्यात आला आहे. पवित्र कुरआन हा एकमेव असा आकाशी ग्रंथ आहे, ज्यात स्त्रीपुरुष समानतेचा उल्लेख आहे. जे कर्मकांड पुरुषांवर बंधनकारक आहेत, ते जसेच्या तसे महिलांवरदेखील बंधनकारक आहेत; जेणेकरून महिलांनादेखील पुण्यप्राप्तीचे पुरेपूर अवसर प्राप्त झाले असून महिलांचेदेखील मनोबल व मनोधैर्य वाढीला लागले.

पुण्यप्राप्तीत आणि आध्यात्मिक सुबत्तेबाबत पवित्र कुरआनात पुरुषांबरोबर महिलांचा-देखील बरोबरीने उल्लेख करण्यात आला आहे.

'खचितच मुस्लिम पुरुष आणि मुस्लिम स्त्रिया, श्रद्धावंत पुरुष आणि श्रद्धावंत स्त्रिया, आज्ञाधारक पुरुष आणि आज्ञाधारक स्त्रिया, सत्यनिष्ठ पुरुष आणि सत्यनिष्ठ स्त्रिया, संयमी पुरुष आणि संयमी स्त्रिया, अल्लाहचे भय बाळगणारे पुरुष व अल्लाहचे भय बाळगणाऱ्या स्त्रिया, दानधर्म करणारे पुरुष व दानधर्म करणाऱ्या स्त्रिया, उपवास करणारे पुरुष व उपवास करणाऱ्या स्त्रिया, आपल्या शीलाचे रक्षण करणारे पुरुष व आपल्या शीलाचे रक्षण करणाऱ्या स्त्रिया आणि मोठ्या प्रमाणात अल्लाहचे स्मरण करणारे पुरुष व मोठ्या प्रमाणात अल्लाहचे स्मरण करणाऱ्या महिला आहेत, अल्लाहने त्यांच्यासाठी क्षमा आणि महान मोबदला तयार ठेवला आहे.' (अल् अहजाब : ३३:३५).

रमज़ान आणि आयटी

प्रकाशन दिनांक : १९-७-२०१३

रमज़ानचा महिना तब्बल ३० दिवसांचा असतो. एखादी सवय लावायला किंवा एखादे व्यसन सोडायला ३० दिवस पुरेसे आहेत. आधुनिक युगातील मातापिता, आजीआजोबा आपल्या पाल्यांच्या मोबाईल, इंटरनेट आणि टीव्हीच्या व्यसनामुळे चिंताग्रस्त झाले आहेत. कॉम्प्युटरच्या सततच्या वापरामुळे आपली मातृभाषा लुप्त होत चालली आहे. एवढेच नव्हे, तर लेखनवाचन संस्कृतीवर कॉम्प्युटरने मोठा हल्ला चढवला आहे. आज ही समस्या केवळ आपल्या घरापुरती राहिली नसून, एक मोठी सामाजिक समस्या बनली आहे. संगणकाची पितृभाषा इंग्लिश आहे, कारण पाश्चिमात्य देशांमध्ये बसलेल्या त्याच्या अनेक पित्यांनी म्हणजे संगणकतज्ज्ञांनी त्याला ती दिली आहे. ज्या राष्ट्रांची मातृभाषा इंग्लिश आहे, त्यांना काहीच प्रॉब्लेम नाही. परंतु, आपला देश बिगर इंग्लिश आणि बहुभाषिक असल्याकारणाने आपल्याकडे बऱ्याच समस्या निर्माण होण्याची शक्यता आहे. आज विद्यार्थ्यांची एक अशी फौज तयार होत आहे, की ज्यांना आपली मातृभाषा अवगत नाही आणि इंग्लिश तर नाहीच नाही, त्यांना संगणक किती माहीत आहे? थोर विचारवंत संदीप वासलेकर यांच्या म्हणण्यानुसार, आपण आजतागायत एकही सॉफ्टवेअर तयार केलेले नाही. येथे सॉफ्टवेअर म्हणजे 'मदर सॉफ्टवेअर' असेल.

अनेक मुस्लिम कुटुंबात एक फार उत्तम परंपरा अशी आहे, की अज़ानचा आवाज ऐकल्याबरोबर ते रेडिओ, टीव्ही वगैरे बंद करतात. अनेक घरांतून रमज़ानच्या संपूर्ण महिन्यात टीव्ही आणि रेडिओ पूर्णतः बंद ठेवले जातात.

इस्लामी शरीअतमध्ये आपल्या मुलांना सुसंस्कृत करण्यासाठी त्यांच्या शिक्षणावर आणि प्रबोधनावर खूप भर देण्यात येते. पवित्र कुरआनात मुस्लिम समाजाला आदेश देण्यात येत आहे, की 'हे लोकहो! ज्यांनी श्रद्धा ठेवली आहे, वाचवा स्वतःला आणि आपल्या कुटुंबीयांना त्या (नरकाच्या) अग्नीपासून, जिचे इंधन मनुष्य आणि दगड असतील, त्यावर अत्यंत तापट व कठोर स्वभावी दूत नेमलेले असतील, जे कधीही अल्लाहच्या आज्ञेचा भंग करीत नाहीत आणि जी काही आज्ञा त्यांना दिली जाते, तिची ते अंमलबजावणी करतात.' (अत्‌तहरीम : ६६:६)

माणसावर अनेक जबाबदाऱ्या असतात. परंतु, त्याच्यावर सर्वात मोठी जबाबदारी

आपल्या अपत्याच्या पालनपोषणाची व त्यांच्या शिक्षणाची व प्रबोधनाची असते. येणारी पिढी चारित्र्यवान आणि नीतिमूल्यांचे पालन करणारी नसली तर आपली ही पृथ्वी काही दिवसांतच नरकाचे रूप धारण करेल आणि त्याची सुरुवात झाल्याचे समजते. इस्लामचे प्रेषित हज़रत मुहम्मद या संदर्भात खूप काळजी घ्यायचे. त्यांचा फर्मान आहे, 'एका पित्याकडून आपल्या मुलाला दिली जाणारी सर्वात उत्तम भेट त्याला शिकवले जाणारे उत्तम संस्कार आहेत.' (मुस्नद अहमद, खंड १२ : पृ. १६०) एकदा फर्मावले की 'आपल्या मुलांचा आदर करा आणि त्यांना उत्तम प्रशिक्षण द्या.' (इब्ने माजा-रवाह अ. बिन अब्बास) त्यांचा असाही आदेश आहे, 'आपली मुले आणि घरच्या मंडळींना पुण्य, भलाई आणि चांगुलपणाच्या गोष्टी शिकवा.' (रिवायत)

ही फक्त काही उदाहरणे आहेत. मुलामुलींच्या नैतिक प्रशिक्षणासंदर्भात इस्लामी नैतिकशास्त्रामध्ये खूप काही उपलब्ध आहे. अपत्यांकरिता सर्वात मोठे उदाहरण त्यांचे मातापिता, नंतर कुटुंबातील इतर माणसे, नंतर समाज व एकदम शेवटी शाळा-कॉलेज असे आहे. एकदा घराचीच भट्टी बिघडली तर बाहेरून कितीही ताव दिले तरी काही उपयोग होणार नाही.

एक आगळावेगळा धर्मग्रंथ

प्रकाशन दिनांक : २१-७-२०१३

प्रत्येक धर्मग्रंथामध्ये अभ्यासकाचा वैचारिक आणि आध्यात्मिक कायापालट करण्याची अफाट क्षमता असते. कुठल्याही धर्मग्रंथाला कुठल्याही एका धर्माशी निगडित करणे उचित नाही. आकाशी पुस्तके मानवी कल्याणासाठी अवतरवण्यात आली आहेत. पवित्र कुरआनदेखील अनेक आकाशी पुस्तकांपैकी एक आहे. या ग्रंथाच्या संदर्भात अल्लाहने असा संकेत दिला आहे, की 'जगाच्या अंतिम क्षणापर्यंत या ग्रंथामध्ये कुठलाही फेरबदल होणार नाही; कारण आम्ही स्वतः त्याचे संरक्षण करणार आहोत.' आज या ग्रंथाला अवतरित होऊन तब्बल १४०० वर्षे होऊन गेली आहेत. त्याची व्यवस्था अशी आहे, की एका लहानशा खेड्यात या ग्रंथाचा जसा पाठ केला जातो, तंतोतंत तसाच पाठ मक्केतील जगातील सर्वात मोठ्या मशिदीतून केला जातो. आधुनिक विज्ञान आणि तंत्रज्ञानाच्या युगात त्याचा प्रत्येक स्वर आणि उच्चारणाचे तपशीलवार जतन आणखी सोपे झाले आहे. या ग्रंथात आणखी एक आश्चर्यकारक बाब अशी, की प्रत्येक वाचकास असे वाटते, की त्याचाही उल्लेख या ग्रंथात आहे. जगातील एकही व्यक्ती आणि समाज असा नाही ज्याचा चेहरा या ग्रंथात आढळणार नाही.

रमज़ान महिन्याला कुरआनचा महिनाही म्हणतात. कारण या महिन्यातच कुरआनचे पृथ्वीतलाच्या आकाशावर अवतरण झाले. या महिन्यात पैगंबरसाहेब या ग्रंथाचे जास्तीत जास्त पठण करायचे आणि तसे करण्याचे आदेशही आपल्या सोबत्यांना द्यायचे. रमज़ानच्या महिन्यातच ईश्वराचे सर्वात प्रतिष्ठित दूत हज़रत जिब्रईल अलैहिस्सलाम प्रेषित साहेबांच्या सेवेत येऊन त्यांनी मुखोद्‌गत केलेले कुरआन ऐकून घ्यायचे. प्रेषितसाहेबांच्या जीवनातील अंतिम रमज़ानच्या महिन्यात याच ईशदूताने त्यांजकडून दोनदा कुरआन ऐकून घेतले, तसेच पैगंबरसाहेबांनी आपल्या सर्व सोबतींकडून त्यांनी लिहून ठेवलेल्या ग्रंथाची सुनावणी करवून घेतली. त्यामुळे सर्व मसुदे आणि लोकांकडे उपलब्ध संहिता दोषमुक्त झाल्या. त्याच मसुद्यांवरून इस्लामचे तिसरे सन्मार्गी ख़लिफ़ा हज़रत उस्मान (र.) यांनी सात प्रती एक तज्ज्ञ मंडळ नेमून त्यांच्या देखरेखीखाली तयार करून घेतल्या. आजही त्यापैकी पाच प्रती जगातील पाच मुस्लिमेतर राष्ट्रांमधून उपलब्ध आहेत.

रमज़ान महिन्यात प्रत्येक मशिदीतून रात्रीच्या (इशाची) नमाज़नंतर एक ते दीड

तास 'तरावीह'ची जादा नमाज़ पढली जाते. त्या नमाज़मध्ये पवित्र कुरआनचे तीस खंड २७ दिवसांत संपूर्णपणे नमाज़ी ऐकतात.

कुरआन तमाम मानवजातीला संदेश देतो की :

> 'आता तुमच्याजवळ अल्लाहकडून प्रकाश व एक असा सत्यदर्शी ग्रंथ आला आहे; ज्याद्वारे सर्वोच्च अल्लाह, अशा लोकांना जे त्याचे प्रसन्नतेचे इच्छुक आहेत; शांती, सुरक्षेच्या पद्धती दाखवितो व आपल्या आदेशांनी त्यांना अंधारातून काढून उजेडाकडे आणतो व सरळ मार्गाकडे त्यांना मार्गदर्शन करतो.' (अल्‌माइदा : ५:१६)

वचनबद्धता आणि इस्लाम!

प्रकाशन दिनांक : २२-७-२०१३

'वचन' आणि 'करार' परस्परावलंबी संज्ञा आहेत. उर्दू किंवा अरबी भाषेत याला 'वअदा', 'करार' आणि 'मुआहिदा' असे शब्द योजिले जातात. मराठी भाषेतील 'वायदे बाजार' आणि 'करार' किंवा 'करारनामा' हे मूळ अरेबिक शब्दांवरून घेण्यात आले आहेत. इस्लामी शरीअतमध्ये वचन आणि करार या बाबींना खूप महत्त्व आहे. पवित्र कुरआनमध्ये कराराचे पालन आणि वचनबद्धतेच्या संदर्भात अनेक आदेश अवतरवण्यात आले आहेत. उदाहरणार्थ, 'वचनाचे पालन करा. निःसंशय वचनाबद्दल तुम्हाला जाब द्यावा लागेल.' (बनीइस्राईल : १७ :३४) एके ठिकाणी म्हटले जात आहे, 'हे ईमानधारकांनो! (आपल्या) वचनांचे पुरेपूर पालन करा.' (अल्माइदा : ५:१) जी माणसे आपल्या वचनांचे पालन करतात, त्यांना अनेक ठिकाणी शुभवार्तादेखील देण्यात आली आहे. 'निश्चितच यश प्राप्त केले आहे श्रद्धावंतांनी, ...जे आपल्या वचनांचा व करारांचा मान राखतात.' (अल्मुअमिनून : २३:१०) पुढील एका अध्यायात म्हटले जात आहे, 'जे आपल्या अमानतीचे रक्षण आणि आपल्या वचनांचा आदर करतात, जे आपल्या साक्षीत सचोटीवर दृढ राहतात... हे लोक प्रतिष्ठापूर्वक स्वर्गाच्या उद्यानात राहतील.' (अल्मआरिज : ७०:३५)

वचन काय आहे व ते कसे राखावे, हे पैगंबरसाहेबांनी आपल्या दैनंदिन जीवनातून सिद्ध करून दिले आहे. प्रेषितत्वप्राप्तीआधीपासूनच ते वचनपालन करणारे होते. आफ्रिकेतील अबेसिनियाच्या बादशाहाने त्यांची ख्याती ऐकून त्यांचे एक कडवे विरोधक अबूसुफ़ियानला (ज्यांनी नंतर इमान आणले) विचारले, ''काय मुहम्मद (स.) वचन आणि करारांचे भंग करतात?'' अबूसुफ़ियान म्हणाले, ''नाही!'' हे ऐकून बादशाहा हिरक्ल म्हणाला, ''प्रेषितांचे हेच वैशिष्ट्य असते, की ते कधीही वचन, तह आणि करारांचे भंग करत नाहीत.''

बद्रची लढाई अत्यंत कठीण परिस्थितीतून लढली गेली होती. मनुष्यबळ अत्यंत कमी, एकूण ३१३ माणसे, समोर एक हजार बलशाली सैन्य, साधनसामग्री अत्यंत कमी. या लढाईत भाग घेण्याकरिता हुज़ैफ़ा बिन यम्मान आपले स्नेही अबूहसील यांच्याबरोबर मदिनेहून निघाले; परंतु, गनिमांच्या तावडीत सापडले. विचारणा केल्यावर ते म्हणाले, ''आम्ही मदिनेला निघालो होतो, वाट चुकलो.'' गनिमांनी त्यांना एका शर्तीवर सोडले, की मदिनेला जा; युद्धात सामील होऊ नका. ते लपतछपत मुहम्मद (स.)पर्यंत पोहोचले

आणि जे घडले ते सांगितले. पैगंबरसाहेबांनी त्यांना मदिनेला परत जाण्याचे आदेश दिले आणि म्हणाले, ''तुम्ही काफिरांबरोबर केलेले वचन पाळा आणि त्यांच्याबरोबर मुकाबला करण्याची शक्ती आम्ही अल्लाहकडे मागतो.'' (मुस्लिम शरीफ़)

ते इतरांनाही वचनबद्ध राहण्याचे धडे देत होते. प्रेषितत्वप्राप्तीपूर्वी एकदा असे घडले, की अब्दुल्लाह बिन अबिलहस्माने हज़रत मुहम्मद (स.)कडून काही एक वस्तू खरेदी केली. परंतु त्यांच्यापाशी वस्तूच्या किमतीएवढी रक्कम नव्हती. उरलेल्या रकमेबद्दल अब्दुल्लाह म्हणाले, ''आपण येथेच थांबा, मी घरी जाऊन उरलेली रक्कम घेऊन येतो.'' घरी गेल्यावर त्यांना याचा विसर पडला. तब्बल तीन दिवसांनंतर त्यांना या गोष्टीची आठवण झाली. ते प्रेषितसाहेबांना शोधत बाहेर आले. त्यांनी पाहिले, प्रेषितसाहेब होते, त्याच ठिकाणी त्यांची वाट पाहत आहेत. त्यांना पाहून प्रेषितसाहेब म्हणाले, ''हे युवा! तू मला फार मोठ्या परिश्रमांत गुंतवलेय! मी येथे तीन दिवसांपासून तुझी वाट पाहतोय.'' (अबूदाऊद : ४९:९६)

यावरून आपणास कल्पना येईल, की वचनबद्धता किती आवश्यक आहे.

पैगंबरसाहेबांच्या युगातील महिला

प्रकाशन दिनांक : २४-७-२०१३

पैगंबर हज़रत मुहम्मद (स.) यांच्या जीवनशैलीने आणि ते प्रचार-प्रसार करत असलेल्या इस्लाम धर्माने प्रभावित होऊन ज्या प्रकारे असंख्य पुरुष इस्लाम धर्मात दाखल झाले, त्याच प्रकारे असंख्य महिलांनीदेखील इस्लाम धर्माचा स्वीकार केला. त्यांच्या शिक्षण-प्रशिक्षणाची जबाबदारी एक तर स्वतः पैगंबरसाहेबांवर होती. दुसरे ते त्या स्त्रियांच्या कुटुंबातील ज्येष्ठ, म्हणजे आई, वडील, भाऊ अथवा मामा, चुलते यांना या आधुनिक आणि प्रगत धर्माच्या अनेक बाबींचे शिक्षण-प्रशिक्षण देत असत. पैगंबरसाहेबांची कार्यमग्नता आणि गोषापर्दा यामुळे स्त्रियांबरोबर ते थेट संवाद साधत नसत. या कार्यात त्यांच्या धर्मपत्नी आणि विशेषतः हज़रत आएशा (रजिअल्लाहुतआला अन्हा) त्यांच्या सर्वात मोठ्या सहकारी होत्या. पैगंबरसाहेबांच्या देहावसानानंतर त्या अर्धशतक हयात राहिल्या, आणि त्यांनी सर्व मर्यादा सांभाळून या प्रबोधनकार्याचा विडा उचलला. असे दुसरे उदाहरण मानवी इतिहासात मिळत नाही. त्या खूप प्रतिभाशाली आणि बुद्धिमान होत्या. त्यांची स्मरणशक्ती अप्रतिम होती. पैगंबरसाहेबांच्या सहवासात त्यांना खूप काही शिकावयास मिळाले. अब्दुल्लाह इब्ने अब्बास (र.) यांचा दर्जा इस्लामच्या प्रसिद्ध भाष्यकार व विद्वानांमध्ये होतो, ते हज़रत आएशांचे शिष्य होते.

इस्लामच्या उदयकाळात शत्रूंनी या नवजात राज्यावर चोहीकडून हल्ला चढवला होता. अशा धर्मयुद्धात पैगंबरसाहेबांच्या अनुमतीने महिलादेखील भाग घ्यायच्या. जखमींची मलमपट्टी करणे, त्यांना पाणी पाजणे, रणसामग्री आणि रेशन (खाद्यपदार्थ) यांची व्यवस्था करणे हे त्यांचे विशेष कार्य होते. काही प्रसंगी या महिलांनी सशस्त्र लढासुद्धा दिल्याची इतिहासात नोंद आहे.

स्त्रियांना गोषापर्दा पाळण्याचे आदेश असले, तरी असे नाही की त्यांना सर्व सामाजिक कार्यातून वंचित करण्यात आले आहे. युद्ध केव्हातरी घडते. परंतु, दैनंदिन जीवनातील अनेक कामे दररोज करावी लागतात. ही कामे स्त्री व पुरुष दोघांनाही नैतिकतेचा सांभाळ करून पार पाडण्याची परवानगी इस्लामी शरीअतने दिली आहे.

हज़रत मुहम्मद (स.) एक क्रांतिकारी प्रेषित, धर्मवेत्ते आणि धर्मपरायण होते. त्यांनी केवळ धर्मप्रचार आणि प्रवचनांवरच भर दिला नाही, तर प्रत्येक काम प्रत्यक्ष कृतीने आणि

व्यवहारातून उतरवून करून दाखवले. संपूर्ण पृथ्वी त्यांची कर्मभूमी असली तरी, मदिना त्याचे केंद्रबिंदू होते. त्यांनी मदिनेत एका अत्याधुनिक बाजारपेठेची स्थापना केली. त्याच्या व्यवस्थापनाची जबाबदारी अनेक लोकांवर टाकली, त्यात अनेक महिलांचादेखील समावेश होता.

सिम्रह बिन्त महारबा, शिफा बिन्त अब्दुल्लाह, अस्मा बिन्त महारबा, खौला बिन्त सुवैब, मलिका उम्मे साएब आणि कीला अन्नमारिया इत्यादींची नावे उल्लेखनीय आहेत. यांच्या मदतीकरिता पुरुषांचादेखील समावेश करण्यात आला होता आणि या गटाला जवळजवळ एखाद्या मंत्रीमंडळाचे रूप प्राप्त झाले होते. या महिला कुशलतापूर्वक बाजारपेठेची कामे करायच्या. भाव, वजन, आयात-निर्यात, व्यापाऱ्यांची बसण्याची जागा, रहदारी, बाजारव्यवस्थापन, ग्राहक-सरकार व व्यापाऱ्यांचे गाऱ्हाणे या सर्व बाबींवर या महिलांचेच नियंत्रण होते. त्यांनी ठरवून दिलेले भाव, वजन, नाण्यांचे मूल्य आणि गाऱ्हाण्यांचे निराकरण आजही आपणा सर्वांना मार्गदर्शक ठरत आहे.

स्त्री-पुरुष समानतेच्या युगात...!

प्रकाशन दिनांक : २५-७-२०१३

कुठल्याही राजनैतिक धोरणाची घोषणा करणे आणि तिला अमलात आणणे, या दोन भिन्न बाबी आहेत. या घोषणाबाजीची विफलता आपण आपल्या डोळ्याने पाहत आहोत. इस्लाम पोकळ घोषणाबाजीचा धर्म नाही. त्याने पवित्र कुरआनात अनेक ठिकाणी स्त्रीपुरुष समानतेचे दर्शन घडवून आणले आहे आणि तसे आदेशही दिले आहेत. उदाहरणार्थ, तलाक आणि तद्नंतर पुन्हा रुजू होण्याच्या संदर्भात म्हटले जात आहे, 'आणि याबाबतीत स्त्रियांना त्याचप्रमाणे हक्क आहे, परिचित पद्धतीनुसार जसे पुरुषांना आहे...' (अल्बक़रा : २:२२८) आणखी एके ठिकाणी ताकीद देण्यात येत आहे की, 'त्यांच्याशी चांगल्या प्रकारे जीवन व्यतीत करा. जर त्या तुम्हाला नापसंत असतील तर शक्य आहे, की एखादी गोष्ट तुम्हाला पसंत नसेल; परंतु अल्लाहने त्यांच्यातच बरेचसे भले ठेवले असेल.' (अन्निसा : ४:१९) वारसा हक्क, या संदर्भात आदेश देण्यात येत आहे की, 'पुरुषांसाठी त्या संपत्तीत वाटा आहे, जी आईवडील आणि जवळच्या नातेवाइकांनी मागे ठेवली असेल आणि स्त्रियांसाठीही त्या संपत्तीत वाटा आहे, जी आईवडील आणि जवळच्या नातेवाइकांनी मागे ठेवली असेल; मग ती कमी असो अथवा जास्त, हा वाटा (अल्लाहकडून) ठरवलेला आहे.' (अन्निसा : ४:७)

कर्तव्यपालनाच्या संदर्भात म्हटले जात आहे, 'जो दुराचार करील, त्याला तेवढाच बदला मिळेल, जितका याने दुराचार केला असेल आणि जो सत्कर्म करील; मग तो पुरुष असो अथवा स्त्री, तो श्रद्धावंत असावा, असे सर्व लोक स्वर्गामध्ये प्रविष्ट होतील. तेथे त्यांना अमाप उपजीविका दिली जाईल.' (अल्मुअमिन : ४०:४०) याच आशयाच्या बऱ्याच आयती पवित्र कुरआनमध्ये अवतरल्या आहेत. परस्परांमधील सहकार्याच्या संदर्भात सांगितले जात आहे, 'श्रद्धावंत पुरुष व श्रद्धावंत स्त्रिया हे सर्व एक-दुसऱ्याचे मित्र आहेत, भलेपणाचा आदेश देतात व वाईट गोष्टींपासून रोखतात. कायम नमाज़ करतात, ज़कात देतात आणि अल्लाह व त्यांच्या पैगंबरांचे आज्ञाधारक आहेत, हे ते लोक आहेत ज्यांच्यावर अल्लाहचा कृपावर्षाव होणारच.' (अत्तौबा : ९:७१)

मक्कावासीयांच्या छळाला कंटाळून श्रद्धावंतांनी मदिनेकडे हिज़रत (प्रयाण) पत्करले होते. हा प्रवास आणि स्वदेशत्याग काही साधीसोपी गोष्ट नव्हती. बेबंदशाहीच्या काळात मुलाबाळांसमवेत, रखरखत्या वाळवंटातूनच ४५० किलोमीटर गाठणे जिवापलीकडचे

काम होते. हा मानसिक आणि शारीरिक त्रास पुरुषांबरोबर स्त्रियांनीदेखील भोगला. पवित्र कुरआन बघा कुठल्या शब्दांत त्यांना सांत्वना देत आहे!

उत्तरादाखल त्यांच्या पालनकर्त्याने फर्मावले, 'मी तुमच्यापैकी कोणाचेही कृत्य वाया घालवणार नाही; मग तो पुरुष असो अथवा स्त्री, तुम्ही सर्व जण परस्परांशी संबंधित आहात, म्हणून ज्या लोकांनी माझ्यासाठी स्वदेशत्याग केला आणि ज्यांना माझ्या मार्गावर असल्यामुळे आपल्या घरातून बाहेर काढण्यात आले आणि जे छळले गेले आणि माझ्यासाठी लढले व मारले गेले - त्यांचे सर्व अपराध मी माफ करून टाकीन व त्यांना अशा उपवनांत दाखल करीन ज्यांच्याखालून कालवे वाहत असतील. हा त्यांचा मोबदला आहे. अल्लाहजवळ आणि सर्वोत्तम मोबदला अल्लाहजवळच आहे.' (आलेइम्रान : ३:१९५)

सांगायचे तात्पर्य एवढेच, की अल्लाहच्या दरबारात स्त्री आणि पुरुष दोघांना समान लेखले गेले आहे. त्यामुळे स्त्रियांना आपोआप शक्ती प्राप्त झाली आहे.

पवित्र कुरआनचा वर्षदिन

प्रकाशन दिनांक : २७-७-२०१३

पवित्र कुरआन हा एकमेव असा ग्रंथ आहे, ज्याच्या वाचकांची, अभ्यासकांची, अध्ययन करणाऱ्यांची, पठण करणाऱ्यांची आणि विशेषतः मुखोद्गत करणाऱ्यांची संख्या जगभर मोठ्या प्रमाणात आहे. प्रत्येक मशिदीमधून, प्रत्येक नमाज़मध्ये कुरआनचे पठण केले जाते. पहाटेच्या वेळी घराघरांतून कुरआनचे पठण केले जाते. काही कुटुंबांतून आईवडिलांसोबत लहान मुलेदेखील कुरआनचे पठण करतात. त्यांना या वेळी कुरआन पठणाची पद्धत, नियम, कायदे, उच्चारण, शिष्टाचार इत्यादी बाबींचे प्रशिक्षण देण्यात येते. मुस्लिम समाजात कुरआन शरीफबाबतचा आदर उल्लेखनीय आहे. प्रत्येक मशिदीतून कुरआन पठण शिकवण्याचे वर्ग सातत्याने दररोज सायंकाळच्या नमाज़नंतर वर्षभर भरवले जातात. कुरआनची मूळ भाषा अरेबिक असल्याकारणाने त्याच्या उच्चारणावर विशेष भर देण्यात येतो. काही विशेष वर्गांतून त्याचा अर्थ व भाषादेखील शिकवण्याची व्यवस्था केली जाते.

कुरआन एक आकाशी पुस्तक आहे आणि दिव्यबोध (वह्यी)मार्फत प्रेषित हज़रत मुहम्मद (स.) यांच्यावर अवतरित करण्यात आले. कुरआन ईश्वरवाणी आहे. त्याला कुणी माणसाने ग्रंथित केले नसून, खुद्द प्रेषितसाहेबांनीदेखील लिहिले नाही. कुरआनमधला शब्द न् शब्द अल्लाहकडून आदेशात्मक स्वरूपात उतरला आहे. स्वतः कुरआन आपल्याबद्दल साक्ष देतो की : 'कुरआन ईशवाणी व मार्गदर्शन असल्याबद्दल यत्किंचितही शंका नाही.' (अल्‌बक़रा : २:५)

'कुरआन ईश्वराने अवतरित केले आहे!' (आलेइम्रान : ३:७)

'कुरआन, अल्लाहकडून आलेला प्रकाश व सत्यदर्शी ग्रंथ आहे. त्याद्वारे लोकांना शांतता व सुरक्षिततेच्या पद्धती दाखवल्या जातात व त्यांना अंधारातून प्रकाशाकडे नेले जाते.' (अल्‌माइदा : ५:१५-१६).

'हा ग्रंथ (कुरआन) आम्ही उतरविलेला आहे. एक समृद्धशाली ग्रंथ.'

(अल्‌अनआम : ६:१५५)

कुरआन ही ईशवाणी आहे. या संदर्भात कुरआनमध्ये अनेक संकेत व आव्हाने देण्यात आली आहेत. 'कुरआन एका प्रतिष्ठित प्रेषितामार्फत सांगितलेला आहे. हे कुणा कवीचे काव्य नाही, की कुणा भविष्यकाराची वाणी नाही.' (अल्‌हाक्का : ६९:४०-४३) पुढे एक

आवाहन देण्यात येत आहे, 'कुरआन ईशग्रंथ आहे किंवा नाही यात शंका वाटत असेल तर त्याच्या समान एकच सूरह (अध्याय) रचून आणा.' पुढेही म्हटले जात आहे, 'शंका असेल तर कुरआनासारख्या रचलेल्या दहा सूरती (अध्याय) रचून दाखवा.' (हूद ११:१३-१४) आणखी एका ठिकाणी म्हणण्यात येत आहे, 'ते लोक म्हणतात, की मुहम्मद (स.) यांनी स्वतःच कुरआन रचलेला आहे. (जर) ते आपल्या कथनात खरे असतील तर अशाच वैभवाची वाणी रचून दाखवावी.' (अत्तूर : ५२:३३-३४).

कुरआनला १४०० वर्षांचा इतिहास आहे. रमज़ानच्या महिन्यात लोक कुरआनचे अधिक पठण करतात. त्या पठणाच्या स्वराने संपूर्ण पृथ्वीगोल दुमदुमून जातो. तरावीहच्या अधिक नमाज़मध्ये महिनाभरात संपूर्ण कुरआन पठण करण्यात येते. कुरआनचा वर्षदिन साजरा करण्याची ही एक विधायक रीत.

सत्याच्या शोधासाठीचा ग्रंथ

प्रकाशन दिनांक : २८-७-२०१३

कुठलेही आकाशी ग्रंथ केव्हाही एका विशिष्ट मानवजातीसाठी अवतरित करण्यात आले नाही. कुरआन ईश्वरकडून या पृथ्वीतलावर अवतरित होणारा अंतिम ग्रंथ असल्याकारणाने त्याची परिपूर्णता आणि उदारता विलक्षण आहे. तो सर्व मानवजातीला उद्देशून आदेश देतो, तर्क करवतो, बोलावतो, आकर्षित करतो, त्यांच्या कल्याणासाठीचे गुण शिकवतो आणि संदेश देतो. त्याचे प्रबोधन मानवजातीच्या पलीकडे जाऊन जिन्नसाठीदेखील (अग्नीपासून तयार करण्यात आलेली व सामान्य माणसांना न दिसणारी एक विशेष शक्तिशाली निर्मिती) उपलब्ध आहे. सर्व मानवजातीसाठी असल्याची घोषणा कुरआनमध्ये वारंवार करण्यात आली आहे. पाहा ते कसे : 'कुरआन मानवांना पुरेपूर मार्गदर्शन करणारा, सत्य व असत्य वेगवेगळे करून दाखवणारा ग्रंथ आहे.' (अल्‌बक़रा : २:१८५)

'कुरआन लोकांसाठी स्पष्ट व उघड तंबी आहे, तर अल्लाहचे भय बाळगणाऱ्यांसाठी मार्गदर्शन व उपदेश आहे.' (आलेइम्रान : ३:१३८) यापुढे म्हटले आहे : 'कुरआन हा ग्रंथ संबंध जगवासीयांसाठी सार्वत्रिक आदेश आहे.' (अलअनआम : ६:९०) 'सर्व मानवजातीसाठी उपदेश म्हणून पाठविलेला ग्रंथ आहे. त्यांना सावध करण्यासाठी आलेला आहे.' (इब्राहीम : १४:५२)

जी माणसे सत्याच्या शोधासाठी आणि मानसिक व आत्मिक शांतीसाठी सतत कष्ट घेत असतात, पवित्र कुरआन त्यांच्या शोधप्रवासाचे अंतिम चरण आहे व होऊ शकते. त्यांनी केवळ विश्वास ठेवून त्याचे अध्ययन केले पाहिजे. कारण 'कुरआनला अल्लाहने उतरविले आहे. अत्यंत कल्याणकारी व समृद्धी प्रदान करणारा हा ग्रंथ आहे; तसेच पूर्वीच्या ईशग्रंथातील सत्यताही प्रमाणित करणारा ग्रंथ आहे.' (अल्‌अनआम : ६:९२)

माणसांना अनेक रोगांचा संसर्ग होणे शक्य आहे. शारीरिक रोगांपेक्षा मानसिक, नैतिक आणि आत्मिक आजार अधिक धोकादायक असतात. या संदर्भात कुरआनचे उद्‌गार ऐका : 'जगाच्या पालनकर्त्याकडून मानवजातीसाठी आलेला उपदेश, मनातील रोगांवर उपाय आणि त्याचा स्वीकार करणाऱ्यांसाठी मार्गदर्शन व कृपा.' (यूनुस : १०:५७) मनःस्थिती; तसेच मनःशांती व मनःशक्तीचे पवित्र कुरआन एक प्रेरणास्थान आहे : 'कुरआन मनाला बळकटी देणारा, सत्यज्ञान प्रदान करणारा आणि श्रद्धावंतांसाठी उपदेश देणारा ग्रंथ आहे.'

(हूद : ११-१२०) या संदर्भातच म्हटले जात आहे, 'श्रद्धावंतांसाठी रोगनिवारक आणि कृपा आहे.' (बनीइस्राईल : १७:८२) याच पुढे, 'संकटात आणण्यासाठी नाही, तर हा ग्रंथ एक अनुस्मरण असून, तो विश्वाच्या निर्माणकर्त्या स्वामीकडून अवतरलेला ग्रंथ आहे.' (तॉहा : २०:२-४)

'कुरआन अरबी भाषेत उतरला आहे. त्यात लोकांना वक्र चालीपासून दूर ठेवण्यासाठी व त्यांना शुद्धीवर आणण्यासाठी विविध प्रकारे तंबी दिलेल्या आहेत.'

काही मोजक्या आयती वर नमूद करण्यात आल्या आहेत. संपूर्ण कुरआनात अनेक ठिकाणी माणसांना आपल्या जीवनकालातील अनेक समस्यांचे समाधान शोधून देणारा हा एक वैभवशाली ग्रंथ आहे.

इस्लामच्या गर्भगाभाऱ्यात आहे तरी काय?

प्रकाशन दिनांक : २९-७-२०१३

इस्लाम एक साधा, सोपा आणि सर्वसाधारण माणसांना सहजासहजी आचरणात आणता येणारा धर्म आहे. याला धर्म म्हणण्यापेक्षा 'दीन' म्हणजे 'जीवनशैली किंवा जीवनपद्धती' म्हणणे जास्त उचित. इस्लामी जीवनशैली समजण्याकरिता फार मोठ्या ज्ञानाची अथवा तर्क व दर्शनशास्त्राच्या भांडवलाची गरज नसते. ईश्वर (अल्लाह) एक आहे, त्याव्यतिरिक्त कुणीही उपास्य नाही. मुहम्मद (स.) त्याचे प्रेषित (पैगंबर अथवा संदेष्ठा) आहेत, म्हणजे अंतःकरणातून 'ला इलाहा इल्लल्लाहु मुहम्मदुर रसूलुल्लाह'ची उद्घोषणा करणे, इस्लाम धर्मामध्ये प्रवेश करण्याकरिता पुरेसे आहे. यालाच कल्म-ए तैयबाः किंवा 'ईमान' म्हणतात. ईमानची यादी करायची म्हटले की, (१) एकेश्वरवाद म्हणजे वहदत किंवा अद्वैतवाद (एका ईश्वरावर विश्वास ठेवणे) (२) मुहम्मद (स.) अल्लाहचे अंतिम प्रेषित आहेत (३) कुरआन; त्यांच्यावर अवतरित झालेला एक ईशग्रंथ आहे (४) यापूर्वीच्या सर्व प्रेषितांवर व त्यांच्यावर अवतरित झालेल्या सर्व ईशग्रंथांवर विश्वास ठेवणे (५) मरणोत्तर जीवनावर विश्वास ठेवणे (६) अल्लाहचे दूत (फरिश्ते) यांच्यावर विश्वास ठेवणे (७) नशीब आणि प्रलयाच्या दिवसावर; तसेच पुनरुत्थापन व हिशेब तपासणीवर विश्वास ठेवणे इत्यादी ईमानची अविभाजित अंग आहेत.

इस्लामी जीवनशैलीत त्याच्या चार उपासना : (१) नमाज़ (सलात) (२) रोज़ा (सौम म्हणजे उपवास) (३) ज़कात (अनिवार्य करण्यात आलेले दानधर्म) (४) हज्ज (आयुष्यकाळातून एकदा मक्केतील कअबागृहाच्या परिसरातील विधीकरिताचा प्रवास).

संपूर्ण इस्लामी जीवनशैली फक्त दोन गोष्टींवर आधारित आहे : (१) कुरआन (२) हदीस (पैगंबरसाहेबांचे कथन व आचरण).

कुरआन व हदीसचा फार मोठा वारसा मुस्लिम समाजाला लाभला आहे. इस्लामी धर्मकायदा म्हणजे शरीअत या वारशाला समोर ठेवूनच संकलित करण्यात आली आहे.

शरीअत कायदा संकलित करत असताना किमान चार बाबींवर लक्ष केंद्रित करावे लागते : (१) कुरआन, (२) हदीस (पैगंबर वारसा), (३) परंपरा, (४) भाषा. कारण काही बाबतींमध्ये स्पष्ट संकेत आहेत, त्यात कुठलाही बदल करता येत नाही, पैगंबरसाहेबांनी आपल्या जीवन काळात जे आदेश दिले आणि आचरण केले त्यात आता कुठलाही बदल करणे शक्य नाही, त्याचप्रमाणे कुरआन आणि पैगंबरसाहेबांच्या आदेशांनुसार त्यांचे

अनुयायी कसे वागले व त्यांनी या आदेशांचे कसे पालन केले, त्याचप्रमाणे तत्कालीन थोर सिहाबी (सोबती) यांनी कुठल्या शब्दांचा व संज्ञांचा काय अर्थ लावला व त्याला कसे वापरात व आचरणात आणले, या सर्व बाबींचा सखोल अभ्यास करून विधितज्ज्ञ, ज्यांना अरेबिक भाषा उत्तम प्रकारे अवगत असते आणि तेसुद्धा मक्केतील परंपरेच्या संदर्भात तेथील भाषेचा सखोल अभ्यास करून शरीअतच्या कुठल्या कायद्याचे विश्लेषण व संकलन करू शकतात.

ज्या प्रकारे भाषेच्या अभ्यासामध्ये व्याकरणाला, विमानाच्या उड्डाणामध्ये मजबूत धावपट्टीला आणि द्रुतगती आगगाडीच्या खाली इमानाला जे महत्त्व आहे, नेमके तेच महत्त्व कुठल्याही धर्मात त्याच्या धर्मकायद्याला आहे. इस्लामी शरीअत एक अजमावलेली व परिपूर्ण शरीअत असल्याकारणाने त्याचे अस्तित्व प्रलयापर्यंत टिकणारे आहे.

एक अमूल्य वरदान!

प्रकाशन दिनांक : ३१-७-२०१३

ईश्वराच्या अनेक निर्मितीमध्ये सर्वांत अनमोल निर्मिती, ज्याचा माणूस अत्यंत निष्काळजीपणाने वापर करतो आणि तिला सतत वाया घालवत राहतो, ती म्हणजे 'वेळ', 'काळ', 'अवसर', 'अवकाश', 'समय.' अरेबिक भाषेतसुद्धा याकरिता अनेक शब्द आहेत. जसे वक्त, अस्त्र, यीम, अस्ना, दौर, मुद्दत, दहर, जमाना वगैरे वगैरे. चीज-वस्तूंच्या संदर्भात न्यूटनचे विधान आहे की, पदार्थाचे अस्तित्व तीन गणितांवर आधारित आहे : (१) लांबी, (२) रुंदी आणि (३) जाडी (उंची); परंतु सर्वांनाच माहीत आहे, की आइन्स्टाईनने या यादीत एका चौथ्या शक्तीचे अस्तित्व सुचवले आणि ती शक्ती आहे 'वेळ', 'समय'. संपूर्ण ब्रह्मांड वेळेच्या अस्तित्वामुळे विद्यमान आहे. जेव्हा या संसारातून वेळ नाहीसा करण्यात येईल, तेव्हा संपूर्ण ब्रह्मांड संपुष्टात येईल.

पैगंबरसाहेबांचे एक प्रसिद्ध वचन आहे, 'वला तसुब्बुद्दहर अद्दहरू लिल्लाह,' (जमान्याला वाईट उल्लेखू नका, कारण जमाना स्वतः ईश्वर आहे.) इमाम गिजाली म्हणतात, 'वेळ हातात असेल, तर तलवार आहे आणि मानेवर असेल, तर मृत्यू आहे.'

पवित्र कुरआनात वेळेच्या संदर्भात अनेक ठिकाणी तपशीलवार विवेचन करण्यात आलेले आहे. कुरआनच्या ३०व्या खंडात एक लहानसा अध्याय केवळ वेळेला उद्देशून किंवा वेळेची शपथ घेऊन अवतरित करण्यात आला आहे. त्या अध्यायाचे शीर्षकच 'अलअस्त्र' असे आहे. अलअस्त्र म्हणजे 'वेळ' किंवा 'जमाना'. त्याच्या आयती (श्लोक) पुढीलप्रमाणे, 'काळाची शपथ, मानव वस्तुतः तोट्यात आहे, त्या लोकांखेरीज ज्यांनी श्रद्धा ठेवली आणि सत्कर्मे करीत राहिले, आणि एकमेकांना सत्याचा उपदेश आणि संयमाचा आदेश देत राहिले.' (वलअस्त्र : १०३:१-३) येथे 'काळ' म्हणजे गतकाळ व वर्तमानकाळ दोन्ही अभिप्रेत आहे. त्याची शपथ घेण्याचा अर्थ असा, की इतिहासही साक्षी आहे व हल्ली जात असलेला काळही (वर्तमानकाळही) साक्ष देत आहे की, पुढे जी गोष्ट सांगितली जात आहे ती सत्य आहे.

पवित्र कुरआनात अल्लाहकडून वेळेची शपथ घेणे काही सामान्य गोष्ट नाही. यामुळे श्रद्धावंतांना वेळेचे महत्त्व कळू शकेल. ज्या दिवशी मनुष्य जन्मतो त्या घटकेपासून मृत्यूपर्यंत त्याला देण्यात आलेली वेळेची संधी जगातील एक असा खजिना आहे, जो

प्रत्येक मनुष्याला न मागता प्रदान करण्यात आलेला आहे. ही अमूल्य संपत्ती मात्र बर्फाच्या लादीप्रमाणे आहे जी सतत वितळण्याच्या मार्गावर असते आणि काही तासात संपुष्टात येते.

आज अनेकांना जणू काही वेळेची जाणीवच राहिलेली नाही. ते मनोरंजनाच्या शोधात सतत वेळेचा अपव्यय करत असतात. उदा. मोबाईल, इंटरनेट, टीव्ही, चौकातल्या गप्पा, सोशल नेटवर्किंग, कॉलेज कॅम्पस, कॉलेज कट्टा इत्यादी. ही अशी दालने आहेत जेथे अत्यंत मौल्यवान संपत्तीचा (वेळेचा) सतत नाश होत आहे. अशा व्यक्तींकरिता कुरआनमध्ये अत्यंत कठोर यातनेचे संकेत देण्यात आले आहेत.

सभ्यतेची पहिली भेट

प्रकाशन दिनांक : १-८-२०१३

कुठलाही समाज किती सभ्य आणि सुसंस्कृत आहे, हे पाहावयाचे असेल तर त्यांच्या केवळ दोन गोष्टींकडे लक्ष द्या, एक तर ते एकमेकांना भेटतात कसे? दुसरे; जेवतात कसे? प्रत्येक समाजाने वा धर्माने आपल्या अनुयायांना एकमेकांशी भेटताना कसे वागावे व कसे बोलावे, याची काही रीत घालून दिली आहे. उदाहरणार्थ, जपानी लोक एकमेकांना भेटताना कमरेत खूप वाकतात, सेनेतील जवान आपल्या वरिष्ठांना पाहताच मोठ्या ऐटीने सॅल्यूट करतात. 'सॅल्यूट, श्लोम, सलाम, सलामी' या सर्व शब्दांचा अर्थ सलामती, आदरभाव, शांती, सद्भाव किंवा एकमेकांवर व्यक्त करण्यात येणारा भरवसा आणि विश्वास आहे. मुस्लिम बांधव जेव्हा एकमेकांना भेटतात तेव्हा ते 'अस्सलामु अलैकुम' असे उच्चारतात. याचा अर्थ असा की, 'तुम्हावर (अल्लाहची) सलामती होवो', 'तुम्हावर रबची कृपा होवो' वगैरे. त्याचे उत्तरदेखील समोरून याच प्रकारे येते, 'व अलैकुमुस्सलाम' म्हणजे, 'आपणावरदेखील (अल्लाहची) सलामती, कृपादृष्टी आणि शांती होवो.'

मुस्लिम बांधव जेव्हा कब्रस्तानात जातात तेव्हादेखील मृतकांना उद्देशून म्हणतात, 'अस्सलामु अलैका या अहलल कुबूर- यगफिरुल्लाहुलना वलकुम' म्हणजे 'हे कब्रस्तान-वासी! तुमच्यावर अल्लाहची कृपादृष्टी होवो आणि अल्लाह आम्हास व तुम्हाला मोक्ष (मग़फ़िरत) प्रदान करो.' सलाम करते वेळी हात उचलणे, कमरेतून वाकणे, पदस्पर्श करणे, फार उंच स्वरात किंवा थट्टा-मस्करीच्या स्वरूपात सलाम करणे, निर्जीव वस्तूला सलाम करणे किंवा सलामी देणे इत्यादी बाबींना इस्लामने मनाई केली आहे. बाहेरून येणाऱ्या व्यक्तीने बसलेल्यांना सलाम करावा, व्यक्ती लांब अंतरावर असेल किंवा 'सलाम'चा उच्चारलेला ध्वनी ऐकू जात नसेल, तर डोक्यापर्यंत हात उचलण्याची मुभा आहे. नुसते हात उचलणे व तोंडाने काहीच न बोलणे उचित नाही. 'सलाम' हा शब्द नीट उच्चारावा. नुसते 'साम' म्हटले तर त्याचा अर्थ होईल 'तुमच्यावर मृत्यू येवो'. पैगंबरसाहेबांच्या जीवनकाळात त्यांचे दांभिक शत्रू व ज्यू त्यांना याच प्रकारे सलाम करायचे आणि पैगंबरसाहेब त्यांना त्याच प्रकारे प्रत्युत्तर द्यायचे. शत्रूंच्या अशा वागण्याने पैगंबरसाहेबांना तर काही इजा पोहोचत नसे. त्यांचे दुश्मन मात्र बेनाम व निशाण व्हायचे.

भारत, तुर्कस्तान, इराण इत्यादी देशांमध्ये मुस्लिम शासनकाळात या सलामने विविध

रूप धारण केले. मुज्रा, कोरनिश (कुर्निसात), आदाब, फर्शी सलाम हे सलामचे अनेक पैलू होत. बादशाह, वजीर, नवाब, सरदार, सेनापती, सरसेनापती इत्यादींना प्रचलित पद्धती, रीतिरिवाज आणि दर्जानुसार सलाम करण्याची प्रथा जारी करण्यात आली. या पद्धतीचे इस्लामी शरीअतशी काही देणेघेणे नाही. इस्लामी आज्ञेनुसार, अल्लाहशिवाय इतर कोणासमोरही नमणे, कमरेतून वाकणे, दंडवत घालणे, पदस्पर्श करणे अथवा माथा टेकणे यास मनाई आहे; मग ते स्वतः प्रेषितसाहेबही का असेनात.

धर्म आणि गुणधर्म

प्रकाशन दिनांक : ६-८-२०१३

निसर्गातील एकूणच निर्मिती मानवाकरिता आहे. घन, द्रव अथवा वायू या स्वरूपात अनेक पदार्थ माणसाची भूक अथवा तहान शमवतात; तर शिक्षण, धर्म आणि उपासना-अर्चना त्याच्या वैयक्तिक व सामाजिक आचरणात बदल घडवून आणून त्याला या पृथ्वीवर इतरांबरोबर गुण्यागोविंदाने जगण्याचे पाठ देतात. मानवापेक्षा इतर वस्तूंना धर्म नसतो, त्यांना फक्त गुणधर्म असतात. जंगलातील हिंस्त्र प्राणी आपल्या सहजप्रवृत्तीनुसार वागतात. त्यांच्यावर कुठलाही धर्म व धर्मकायदा लागू होत नाही. मानवाला प्राण्यांपेक्षा किती तरी पटीने जास्त अखत्यार व सामर्थ्य प्राप्त झाले आहे. तो बेफाम होऊ नये आणि निसर्गाला घातक ठरतील असे कार्य करू नये, म्हणून त्याच्या प्रबोधनाकरिता ईश्वराने अनेक ग्रंथ व प्रेषित या धरतीवर पाठवले. त्यांनी मानवाला सत्यमार्ग दाखवून त्याच्या अफाट शक्तीला लगाम देऊन त्याला विधायक कामे करण्याकरिता तयार केले. प्रेषितांच्या अनेक शिकवणीपैकी एक शिकवण म्हणजे रमज़ानच्या महिन्यातील उपवास होय.

प्रातःकाळापासून सूर्यास्तापर्यंत ईश्वरी आदेशाचे पालन करून काहीसुद्धा न खाणे अथवा काहीही न पिणे तसेच शरीरसंबंधापासून वंचित राहणे, उपवासाचे प्रथम पथ्य आहे. असे केल्याने आज्ञापालनाची सवय तर होतेच होते; परंतु भुकेलेल्या आणि तहानलेल्या व्यक्तीच्या वेदनांचीदेखील जाणीव होते. हीच जाणीव नंतर इतरांकरिता जगण्याचे शिकवते. आपण जर इतरांकरिता जगण्याचे शिकलो नाही, तर माणसाची स्वार्थी प्रवृत्ती इतरांना नष्ट करण्याचे शिकवेल.

आश्चर्यकारकरीत्या इस्लामची पहिली लढाई रमज़ानच्या महिन्यात लढली गेली. हे युद्ध बद्रच्या मैदानावर १७ रमज़ान म्हणजे १६ डिसेंबर ६२३ रोजी लढले गेले. गनीम मदिनेवर चालून आल्याने पैगंबरसाहेबांना हे युद्ध टाळता आले नाही. ही लढाई निर्णायक ठरली आणि शत्रूला समज मिळाली, की मुसलमान कमकुवत आणि साधनहीन असले तरी त्यांची प्रतिकारशक्ती अफाट आहे. या लढाईत मक्कावासीयांना पराभव पत्करावा लागला, त्यांचे सत्तरहून अधिक लढवय्ये व सरदार मारले गेले आणि तितकेच जेरबंद करण्यात आले. त्या काळातील प्रथेनुसार युद्धकैद्यांना यातना देऊन ठार मारण्यात येत होते; परंतु पैगंबरसाहेब स्वतः शांतीचे दूत आणि प्रसारक व प्रचारक असल्याकारणाने त्या ठिकाणी

घोषणा केली, की फ़िदिया (युद्धाचे किमान तावान) देऊन आपल्या लोकांना सोडवून घेऊन जाऊ शकता आणि ज्या योद्ध्याकडे तेवढे द्रव्य नसेल आणि ज्यांना लिहितावाचता येत असेल त्यांनी आमच्या दहा मुलांना लिहिणेवाचणे शिकवावे म्हणजे ते मुक्त होतील.

शत्रूच्या शिपायांना आपल्या येणाऱ्या पिढीचा गुरू म्हणून नेमणे, हे कार्य यापूर्वी मानवी इतिहासात कुठेच आढळत नाही. हे शक्य झाले केवळ धर्माच्या आणि शरीअतच्या अफाट शक्तीमुळे.

उत्तर तुमच्या हातात

प्रकाशन दिनांक : ८-८-२०१३

पाया मजबूत असेल, तर इमारत कितीही उंच बांधली जाऊ शकते, रेल्वेचे रूळ भक्कम असतील तर गाडी मोठ्या वेगाने धावू शकते, कुठल्याही भाषेचे साहित्य सुंदर, व्याकरणसंपन्न आणि मजबूत असेल तर ती लुप्त होण्याचा धोका कधीही राहणार नाही. त्याचप्रमाणे धर्मालादेखील व्याकरण आणि साहित्याची गरज असते. त्याचे व्याकरण म्हणजे त्याची शरीअत म्हणजे 'धर्मशास्त्र' आणि त्याचे साहित्य म्हणजे 'धर्मग्रंथ'. अल्लाहच्या कृपेने इस्लामी शरीअत अतिशय परिपक्व व त्याचे धर्मग्रंथ 'कुरआन' सार्वभौम आणि ईश्वरी वचनाद्वारे प्रलयापर्यंत अविचलित व मानवी संपादनापासून संरक्षित राहणार आहे.

कुरआनमध्ये अल्लाहचे फर्मान आहे, 'नहनु नज़्ज़ल नज़्ज़िकर व इन्ना लहू लहाफ़िज़ून' (आम्ही स्वतः हे ग्रंथ (जिक्र) अवतरवले आणि आम्ही स्वतः त्याचे (प्रलयापर्यंत) संरक्षण करणार आहोत.)

त्याचप्रमाणे इस्लामी शरीअतला प्रगत ठेवण्यासाठी व आधुनिक युगाची आवाहने स्वीकारण्याची एक स्वयंचलित यंत्रणा धर्मशास्त्रामध्ये सुचवण्यात आली आहे.

इस्लामी शरीअतचा तमाम दारोमदार कुरआन; हदीस (पैगंबर वारसा); तत्कालीन सभ्यता (रीतिरिवाज) आणि भाषा (लुगत) यांवर आधारित आहे. आजपासून १४०० वर्षांपूर्वी समाज, विज्ञान आणि तंत्रज्ञान आजच्यासारखे प्रगत नव्हते, तरी पैगंबर-साहेबांचा काळ ज्ञान आणि अज्ञान यांच्या दरम्यान एक ठळक रेषा आखणारा काळ होता. कुरआन आणि पैगंबरसाहेबांच्या मार्गदर्शनामुळे अंधारातील बाबी प्रकाशात आल्या. पैगंबरसाहेबांच्या आगमनानंतर मानवी समाजाने जेवढी प्रगती केली, तशी प्रगती हज़रत मुहम्मद (स.) साहेबांच्या पूर्वी कधी शक्यच झाली नव्हती. तरीही मानवाच्या इतिहासातील तो काळ आजच्यासारखा- आधुनिक काळासारखा निश्चित नव्हता. त्या काळात इंजेक्शन, विमाने, रॉकेट, हृदय-किडनी-लिव्हर-नेत्र, रक्त इत्यादी अवयव रोपणाची व्यवस्था नव्हती. क्लोनिंग, मायक्रोबायोलॉजी, नॅनोटेक्नॉलॉजी आदी आधुनिक विज्ञानशाखा, प्रयोगशाळा व यंत्रनिर्मित मानवाची संकल्पनादेखील त्या काळात नव्हती.

यापुढे यापेक्षाही प्रगत समाज व यंत्र आपल्या पुढ्यात येणार आहेत. अशा काळात इस्लामी धर्मशास्त्र संपुष्टात येईल, की मौन धारण करेल? असे कदापि घडणार नाही. कारण

ज्या गोष्टी कुरआन, हदीस आणि इस्लामी इतिहासात सापडत नाहीत, त्यांकरिता क़्यास, इज्माअ (सार्वमत) आणि इज्तेहाद (आपल्या बुद्धीने विधिनिषेधासंबंधी निर्णय करण्याची मुभा) इस्लामी शरीअतने आगामी पिढीच्या हाती दिली आहे. परंतु, हे इज्माअ व इज्तेहाद एवढी साधी सोपी गोष्ट नाही. त्याकरिता विधितज्ज्ञ आणि इस्लामी शरीअतचे विख्यात पंडित व धर्ममार्तंडांनी एकत्रित बसून निर्णय घ्यावा लागतो. सुदैवाने भारतात 'इस्लामी फ़िक़्ह अ‍ॅकॅडमी' आणि 'ऑल इंडिया मुस्लिम पर्सनल लॉ बोर्ड' या क्षेत्रात कार्यरत आहेत. आपले उत्तर शोधण्याकरिता आपणास इतरत्र जाण्याची गरज नाही.

हर्ष व आनंद

प्रकाशन दिनांक : ९-८-२०१३

दोन प्रसंग असे असतात, ज्यात मनुष्य आपल्या मर्यादा विसरतो. एक क्रोध आणि दुसरा हर्ष किंवा आनंद. दुःख आणि पीडा मनुष्य स्वतः सहन करतो. परंतु, क्रोध आणि आनंद व्यक्त करताना त्याने सभ्यतेच्या मर्यादा पाळल्या नाहीत, तर त्याचे फलित इतरांना भोगावे लागते. समाजातील दंगे, युद्ध, नरसंहार, चोऱ्यामाऱ्या, बिनधास्तपणा, गैरवर्तन आणि दुराचार, व्यभिचार आणि बलात्कारासारखे दुष्कर्म, याच दोन सहजप्रवृत्तींमधून घडत असते. या प्रवृत्तींना मर्यादा घातल्या नाहीत, तर जगात सर्वसामान्यांचे जगणे मुश्कील होईल आणि अनेक निरपराध माणसे मृत्युमुखी पडतील.

इस्लामी शरीअतने या प्रवृत्तीवर उपाय योजिले आहेत. एकतर बेफामपणावर क़ाज़ीकडून (न्यायाधीशाकडून) आरोपीला शिक्षा ठोठावण्याची तरतूद आहे. मर्यादा पाळणाऱ्याला ईश्वरी प्रसन्नतेची व इनामाची शुभवार्ता देण्यात आली आहे.

आनंद व्यक्त करण्यावर कोणतीही बंदी नाही. परंतु, इस्लामी धर्मशास्त्रामध्ये ढोल, ताशे, सिनेसंगीत, गोंगाट, नगारे, घोषणाबाजी, मिरवणुका, शक्तिप्रदर्शन, जल्लोष, आतषबाजी, फटाके, नाचगाणी, ध्वनिवर्धकांचा कर्कश्श आवाज वगैरे गोष्टींवर बंदी आहे.

आनंद व्यक्त करणे ही एक सजीव समाजाची गरज आहे आणि इस्लामला एक सुजाण समाज अभिप्रेत आहे. पैगंबरसाहेबदेखील एक मनुष्यच होते. फरक एवढाच, की त्यांच्यावर दिव्यबोध (वह्यी)चे अवतरण होत असे. त्यांनी आपल्या अनुयायांपुढे तत्कालीन समाजाच्या विपरीत आनंद व्यक्त करण्याची एक आधुनिक संकल्पना मांडली. ईदचे पर्व साजरे करत असताना त्यांनी आपल्या सोबत्यांना आज्ञा दिली, की प्रथम आपला परिसर सर्वशक्तिमान अल्लाहच्या नामोद्‌गाराने भरून टाका. त्याचप्रमाणे आपल्या परिसरात वास्तव्य करणाऱ्या गोरगरिबांना आपल्या आनंदात सामील करून घ्या. त्यांच्या उचित जेवणाची सोय करा. त्यांच्या दैनंदिन गरजा भागवा; म्हणजे तेसुद्धा तुमच्या आनंदात सामील होतील. फार काही करता आले नाही, तर ईदच्या आदल्या दिवशी त्यांना फ़ित्रा दान करा.

ईदचा सर्वात आनंददायी अवसर म्हणजे 'ईदची नमाज़'. सर्वशक्तिमान अल्लाहसमोर नतमस्तक होणे, त्याचे गुणगान करणे, ईदगेत जाऊन नमाज़, नंतर प्रवचन (खुत्बा) ऐकणे,

दिवसभर अल्लाहचे नामस्मरण करत कुटुंबीयांना व मित्रपरिवाराला भेटणे, जातिधर्म आणि पंथाची मर्यादा न पाळता आपले शेजारी व इतर धर्मीयांबरोबर एका पंगतीत बसून जेवणे, यापलीकडे इतर कुठला आनंद आहे या जीवनात?

मलिनतेपासून पावित्र्याकडे

प्रकाशन दिनांक : ३०-६-२०१४

कुठलीही उपासना किंवा आराधना आरंभ करण्यापूर्वी त्याची पूर्वतयारी करणे आवश्यक असते. ही तयारी किमान दोन प्रकारची असते : एक मानसिक व दुसरी शारीरिक. शारीरिक तयारी काहींच्या मते खूप सोपी असते; तर मानसिक तयारी खूप कठीण आणि सहजासहजी पार न पाडता येणारी असते. त्याचे सोपे उदाहरण म्हणजे पहाटेच्या नमाज़करिता आणि तेही हिवाळ्याच्या दिवसात उबदार बिछान्यावरून उठणे मानसिकदृष्ट्या साधीसोपी गोष्ट नाही. गार पाण्याने वुजू करणे (शुचिर्भूत होणे) आणि तद्नंतर मशिदीत जाऊन नमाज़ पढणे, मानसिकदृष्ट्या किती अवघड असेल, याची आपण कल्पना करू शकता! बर्फाळ प्रदेशात जी माणसे हे सर्व मनापासून करत असतील, त्यांना आपण कोणतेही पारितोषिक दिले तरी कमीच. त्यांचे खरे इनाम (पारितोषिक) ईश्वरच त्यांना प्रदान करू शकेल.

इस्लाम धर्मात शारीरिक व मानसिक पावित्र्य राखण्याची एक परिपूर्ण संकल्पना आहे. पवित्र शरीरात पवित्र आत्मा वास्तव्य करू शकतो आणि पवित्र आत्मा पवित्र मन राखू शकतो. मन पवित्र नसेल, तर आत्मा गढूळ होतो; आणि एकदा आत्मा गढूळ झाला, की तामसिक प्रवृत्ती बलशाली होते.

मर्यादा ओलांडल्या तर भुकेचे परिवर्तन अधाशीपणामध्ये, शौर्याचे परिवर्तन क्रूरतेमध्ये, प्रेमाचे परिवर्तन बळजबरीमध्ये, आवश्यकतेचे परिवर्तन मोहामध्ये आणि स्पर्धेचे परिवर्तन मत्सरामध्ये होऊ शकते. म्हणूनच की काय, इस्लामी शरीअतमध्ये मनाच्या पावित्र्याकडे घेऊन जाणाऱ्या शारीरिक पावित्र्याला खूप महत्त्व दिले आहे.

प्रत्येक उपासनेआधी विशेष प्रकारे शुचिर्भूत व्हावे लागते. काही विशेष प्रसंगी स्नान केल्याशिवाय आपण उपासना वा आराधना करू शकत नाही; जसे, स्त्रीचा रजःस्राव संपल्यानंतर, शरीरसंबंधानंतर, प्रसूतीनंतरचा रक्तस्राव (निफास) थांबल्यानंतर तसेच स्वप्नदोष झाल्यास (एहतेलाम), बेशुद्ध अवस्थेतून शुद्धीवर आल्यानंतर व इस्लामधर्म स्वीकारते वेळी स्नान घेणे अनिवार्य आहे. स्नान म्हणजे घसा ओला होईपर्यंत किमान तीन वेळा चूळ भरणे, नाकाच्या अंतिम हाडापर्यंत पाणी स्पर्श करेल असे तीन वेळा पाणी नाकात घालणे आणि संपूर्ण शरीरावर इतके पाणी टाकणे की एका केसाइतकी जागासुद्धा कोरडी राहणार नाही, अशा प्रकारे स्नान करणे आवश्यक आहे. शौच, मूत्र, अपानवायू

(रीह), जखमांमधून पू किंवा रक्तस्राव झाला असेल, विश्रामाकरिता काही वेळ अंग टाकणे किंवा आधार घेऊन बसल्याबसल्या झोप लागली असेल आणि अशा परिस्थितीत नमाज़ कअबागृहाचे तवाफ (प्रदक्षिणा), अज़ान, सअयी (सफा-मर्वाचे फेरे) किंवा पवित्र कुरआनला हातात घेऊन किंवा स्पर्श करून त्याचे पठण करावयाचे असेल, तर वुजू करणे (शास्त्रशुद्ध पद्धतीने तोंड, हात, पाय धुणे) जरुरीचे आहे. वुजू करताना आधी मनगटापर्यंत तीन वेळा हात धुणे, स्नाना (गुस्ल)प्रमाणे तीन वेळा चूळ भरणे, तीन वेळा नाकात पाणी टाकणे, तीन वेळा संपूर्ण चेहरा धुणे, तीन वेळा कोपरापर्यंत हात धुणे, एकदा डोके, कान आणि मानेवर ओला हात फिरवणे म्हणजे मसाह करणे, घोट्यापर्यंत पाय धुणे आणि हातापायाच्या प्रत्येक बोटांच्या मध्यभागापर्यंत पाणी पोहोचवणे. वरील सर्व अवयवांवरील एका केसाइतकीसुद्धा जागा कोरडी राहणार नाही, याची काळजी घेणे यालाच शास्त्रशुद्धपणे तोंड, हात, पाय, धुणे किंवा वुजू म्हणतात. हे करत असताना ठरावीक श्लोकांचे पठणही करावयाचे असते.

ही उपासनेची पूर्व तयारी असली, तरी या विधीमध्ये पाणी वाया जाऊ देता कामा नये. पाणी वाया घालवल्याने पाप पदरी पडते.

अपनी पेटी बांधे रखिये...

प्रकाशन दिनांक : १-७-२०१४

उड्डाणानंतर विमान जेव्हा हवेत स्थिरावते, तेव्हा एक घोषणा विमानातून केली जाते, 'कुर्सी की पेटी बांधे रखने के संकेत बंद कर दिये गए हैं, परंतु विमान में अपनी पेटी बांधे रखना ही उचित है।' ही घोषणा विमानातून दिली जात असली, तरी प्रत्यक्ष जीवनात ही घोषणा कायम अमलात आणण्यासारखी आहे. जीवनात सदैव 'कुर्सी की पेटी बांधे रखने का' सोपा उपाय म्हणजे नेहमी व सातत्याने शुचिर्भूत राहणे होय. इस्लामी धर्मशास्त्राप्रमाणे जेव्हा स्नान (गुस्ल) आणि वुजूची (तोंड-हात-पाय धुण्याची) गरज असते, तेव्हा तिची टाळाटाळ करू नये. हे काम लवकर आटोपून टाकावे. तसे न केल्याने बाधा होण्याची भीती जास्त असते. शुचिर्भूत झाल्याने माणसात एक प्रकारचा आत्मविश्वास निर्माण होतो आणि पुढील शुचिर्भूत होईपर्यंतच्या कालावधीसाठी त्यास ईश्वरी संरक्षणाचे विशेष कवच लाभते.

खगोलशास्त्रज्ञांच्या मते, मानवासाठी राहण्याचे सर्वात असुरक्षित स्थान म्हणजे आपले पृथ्वीतल. कारण आकाशातील हवामानापेक्षा जमिनीवरचे वातावरण कितीतरी पटीने हानिकारक व बाधक असते. संसर्ग फक्त बॅक्टेरिया आणि अन्य जंतूंपासूनच होत नसून, काही कारणे अशी असतात, ज्यांच्यामुळे माणूस मानसिकरीत्या आजारी पडतो. शारीरिक विकारापेक्षा मानसिक आणि आत्मिक विकार खूप त्रासदायक असतात. हे रोग लवकर बरे होत नसल्याने माणसे हतबल होतात आणि शेवटचा उपाय म्हणून तांत्रिक-मांत्रिक आणि ढोंगी बाबांच्या कारस्थानांना बळी पडतात. रोगी बरा तर होत नाही, उलट पैसा आणि वेळ मात्र जाया जातो.

मानवी शरीरात संसर्गजन्य परिस्थिती केव्हा निर्माण होते? उत्तर अत्यंत सोपे आहे. शरीराची देखरेख अथवा स्वच्छतेकडे लक्ष दिले नाही, तर आजारी पडण्याची भीती अधिक असते. स्वच्छता ही चिकित्सेविषयक संज्ञा झाली; परंतु धर्मशास्त्रात केवळ स्वच्छता अभिप्रेत नसून, तिथे एक दर्जा अधिक म्हणजे 'पवित्रता' किंवा 'पावित्र्य'ही आहे. परिधान केलेले कपड्यांवर मद्य, पू, रक्त, शौच, वीर्य अथवा लघवीचे थेंब पडले असतील, तर असे कपडे स्वच्छ दिसत असूनसुद्धा मलिन आहेत. इस्लामी शरीअतप्रमाणे असे कपडे परिधान करून कुठलीही 'इबादत' (प्रार्थना-आराधना) आपण करू शकत नाही आणि केल्याने अल्लाहच्या दरबारात त्यांना स्वीकृती लाभणार नाही.

इस्लाम धर्मात शारीरिक पवित्रतेला खूप महत्त्व आहे. शरीर शुद्ध असले तर मन शुद्ध राहते, मन शुद्ध राहिले तर आत्मा शुद्ध राहतो. शरीर शुद्ध नसल्याने काही विकार होणे अगदी नैसर्गिक आहे. त्या शारीरिक विकारांचा दुष्परिणाम मनावर होतो. मनाचे आरोग्य बिघडले, की आत्मा विचलित होतो. आत्मा बेचैन झाला, की माणसाला झपाटल्यासारखे वाटते आणि तो नको त्या उपायांच्या शोधात हिंडत राहतो. म्हणून सफाई आणि पावित्र्य या दोन वेगळ्या गोष्टी आहेत. सफाई केवळ शरीराला शुद्ध करू शकते; परंतु पवित्रता मात्र आत्म्याच्या आरोग्याचा एक अत्यावश्यक असा गुण आहे ज्याला पर्याय नाही. पावित्र्य एक अदृश्य शक्ती आहे, त्यामुळे माणसाला ईश्वराचे सामीप्य प्राप्त होते. अपवित्र माणूस ईश्वरी देणग्यांच्या निकट जाऊ शकत नाही. पवित्रता माणसाच्या शारीरिक, मानसिक, आत्मिक शक्तीच्या संरक्षणासाठी सदैव तयार असते. अगदी विमानातील 'कुर्सी की पेटी'सारखी.

पाण्याविना शुचिर्भूतता

प्रकाशन दिनांक : ४-७-२०१४

धर्म कुठलाही असो, प्रार्थना कुठलीही असो, दैनंदिन जीवनातून माणूस त्या प्रार्थनेकडे वळला, तर त्याला शुचिर्भूत होणे गरजेचे आहे आणि ही शुचिर्भूतताप्राप्ती पाण्याविना शक्य नाही. शुचिर्भूतता म्हणजे काय? ईश्वराच्या निकट जाण्याची शारीरिक अथवा मानसिक तयारी. 'वुजू' आणि 'गुस्ल' (स्नान) या दोन्ही विधी पाण्याविना उरकल्याच्या कार्याला 'तयम्मुम' म्हटले जाते. नमाज़ पढण्याकरिता दिवसातून पाच वेळा वुजू करावे लागते. म्हणूनच प्रत्येक मशिदीतून पाण्याची उत्तम सोय केली जाते. वुजूला मोडणारे काही कृत्य झाले नसेल, तर आधीच्या वुजूवर नंतरची नमाज़ पढली जाऊ शकते किंवा कुरआनला स्पर्श करून त्याचे पठण केले जाऊ शकते. शास्त्रात म्हणण्यात आले आहे, की वुजू आणि गुस्ल (स्नान) करण्यात जास्त पाणी वापरण्यात आले असेल, तर विधी 'मकरूह' (निषिद्ध) होते आणि ईश्वरी दरबारात अशा प्रार्थनेचे पुण्य पूर्णपणे लाभत नाही.

गुस्ल किंवा वुजू करताना पाण्याचा किती वापर करावा? इस्लामी शास्त्रात त्याचादेखील उल्लेख आहे. दैनंदिन जीवनातून पाण्याच्या वापरावर ही बंदी घालण्यात आली नसती, तर लोक- विशेषतः उष्ण कटिबंधातील उपासक- मुबलक पाणी मिळाल्याच्या ठिकाणी दिवसभर वुजूच करत बसले असते आणि मूळ इबादत (प्रार्थना) करणाऱ्या उपासकाची अवस्था उर्दू शायरच्या म्हणण्याप्रमाणे झाली असती : ''मरे थे जिनके लिये वह रहे वुजू करते।'' तयम्मुम करण्याकरिता स्वच्छ मातीवर दोन्ही हात मारावेत आणि हातांच्या बोटांपासून मनगट व कोपरापर्यंत ही माती चोळावी; त्याचप्रमाणे चेहऱ्यावर, कानाच्या आतील व बाहेरील भागावर; तसेच नाक व डोळ्यांच्या पापण्यांपर्यंत ही कोरडी माती चोळावी. पाणी अथवा मातीरहित हातांनी चोळण्याच्या या विधीला 'मसह' म्हटले जाते. अंदाजे एक मैलाच्या अंतरापर्यंत पाणी उपलब्ध नसेल अथवा मनुष्य आजारी असेल आणि पाण्याचा वापर त्यासाठी अपायकारक ठरत असेल, तर अशा परिस्थितीत उपासक मातीचा वापर करू शकतो. ज्या मातीत रोपट्यांची लागवड शक्य असेल किंवा अशी माती किंवा धूळ ज्या ठिकाणी साचली असेल, अशा वस्तूंवर हात मारून तयम्मुम केले जाऊ शकते. ज्या वस्तू जाळल्यावर वितळतील किंवा राख होतील अशा वस्तूंपासून तयम्मुम करणे उचित नाही. लोखंड, सोने, चांदी किंवा लाकूड इत्यादींपासून तयम्मुम करणे उचित नाही.

प्रवासात रेल्वेच्या लोखंडी अथवा लाकडी भिंतीवर धूळ साचली असेल, तर त्यावर हात मारूनही तयम्मुम करता येईल. एवढेच नव्हे, तर स्वतःच्या शरीरावर खूप वाळू आणि माती पडली असेल तर त्याला चोळूनही तयम्मुम केले जाऊ शकते.

तयम्मुम ज्या प्रार्थनेसाठी केले गेले असेल, तेवढ्यापुरतेच मर्यादित राहील. इतर उपासनेसाठी पुन्हा तयम्मुम करावे लागेल. पाणी उपलब्ध होताच किंवा आजार बरा झाल्यावर तयम्मुमची सवलत संपुष्टात येईल. सवलत संपुष्टात आल्यावर जर तयम्मुमच्या आधारे उपासना केली तर मात्र ती अवैध ठरेल. तसेच तयम्मुम करताना तोंड, नाक, कान व हातांमधील बोटांच्या मध्यभागातील केसाइतकी जागाही सोडता कामा नये. पाणी जवळ असेल; परंतु त्याच्यापर्यंत पोहोचण्याचा किंवा त्याच्या प्राप्तीचे साधन जसे पोहरा वगैरे नसेल, तरीही तयम्मुम करता येते.

रमज़ान म्हणजे विनम्रपणाचे प्रशिक्षण

प्रकाशन दिनांक : ७-७-२०१४

भूक एक जागतिक सत्य आहे. तहानसुद्धा भुकेचाच प्रकार आहे. तहान आणि भूक शमवण्यासाठी माणूस सर्वकाही करू शकतो. याच भुकेपोटी माणूस एखादा गुन्हा करू शकतो; तर एखादी व्यक्ती आत्महत्या करू शकते. भुकेचे अनेक प्रकार आहेत. लोकांना चैनीच्या वस्तूचीही भूक असते. ती भूक शमवण्यासाठीही अनेक लोक नको ती कामे करतात. चोरी, लूटमार, लाचखोरी, दुसऱ्याचे हक्क बळकावणे, फसवणूक करून लोकांचा माल लुबाडणे वगैरे. याच भुकेला शमवण्याचे अवैध मार्ग आहेत. बनवाबनवी फक्त सर्वसाधारण किंवा अल्पशिक्षित माणसेच करत नसून आपण पाहतो, की या कामात धार्मिक प्रवृत्तीची माणसेही लिप्त आहेत. देशाची गुप्त माहिती शत्रूदेशाला पुरवण्याचे काम शेतमजूर करत नसून, अनेकदा देशद्रोहाचे हे कार्य उच्चशिक्षित आणि उच्चपदस्थ माणसेच करतात.

रमज़ानच्या पवित्र महिन्यात प्रत्येक उपासकाला प्रातःकाळापासून सूर्यास्तापर्यंत उपाशीपोटी आणि तहानलेल्या अवस्थेत राखले जाते. त्याला शरीरसंबंध प्रस्थापित करण्यापासून रोखले जाते. रोज़े सुरू असताना व्यक्तीचा पुण्याईकडे कल वाढल्याने त्याच्या रक्तात डोपामाईनसारख्या विधायक द्रव्याचे प्रमाण वाढते. उपासक आध्यात्मिकदृष्ट्या सबल होऊन समाजहितासाठी स्वतःला वाहून नेण्याच्या तयारीत असतो. एवढेच नव्हे, तर एका उपासकाकडून या महिन्यात केवळ घेत राहण्यापेक्षा देत राहण्याचे काम करून घेतले जाते. ज़कात, फ़ित्रा, सद्का, कफ़्फ़ारा, फ़िदिया, अतिया इत्यादींसारख्या आर्थिक उपासनाही त्याच्याकडून सातत्याने करवून घेतल्या जातात. उपासकाला प्रेषितसाहेबांकडून प्रस्ताव देण्यात आला आहे, की ''उपवासधारकाला उपवास सोडण्यासाठी आपल्या ताटात सामील करून घेणे फार मोठे पुण्याईचे आणि सदाचाराचे काम आहे.''

या सर्व आर्थिक, शारीरिक, मानसिक आणि आध्यात्मिक उपासना सतत महिनाभर करत असल्याने एका श्रद्धावंताच्या जीवनात एक प्रकारची क्रांती घडून येते... तो विनम्र होण्याचे शिकतो. इतरांची भूक आणि तहान याची त्याला जाणीव होते आणि तो फक्त स्वतःसाठीच नव्हे, तर इतरांसाठीही जगण्याचे शिकतो. माणसाच्या व्यवहारातून घडून येणारे हे परिवर्तन केवळ यामुळेच शक्य होते, की उपवासधारक आणि अल्लाहच्या आज्ञांच्या दरम्यान निगा राखणारा तिऱ्हाईत कुणीही येत नसतो. ईश्वर आणि उपवासधारकाच्या दरम्यान उपास्थ

आणि उपासकाचे खरे संबंध निर्माण होतात. कारण उपवास (रोज़े) ही एकमेव अशी उपासना आहे, ज्यात उपवासधारक स्वत:साठी काहीच करताना दिसत नाही. तो उपाशीपोटी आहे तर ईश्वरासाठी, तो तहानलेला आहे तर ईश्वरासाठी. त्याच्या कुठल्याही आचरणावरून हे सिद्ध होत नाही की तो कुठली उपासना करत आहे. तो एका अदृश्य म्हणजे निर्गुण-निराकार शक्तीच्या प्रसन्नतेच्या प्राप्तीसाठी हे सर्वकाही करत असल्यामुळे त्याच्या आचरणामध्ये निःस्वार्थीपणा (इख़्लास) प्रकट होतो आणि तो केवळ देखाव्यासाठी काही करत नसून परलोकातील यशप्राप्तीसाठी सर्वकाही करत असतो. कारण खरे यश तर मरणोत्तर जीवनाचे आहे.

सामाजिक शांततेचा मार्ग

प्रकाशन दिनांक : ८-७-२०१४

समाज शांत आहे हे कशावरून? जोपर्यंत समाजातील प्रत्येक माणूस याची ग्वाही देत नाही, की 'माझ्याकडून कुठल्याही विपर्यस्त परिस्थितीत तुम्हास काही इजा पोचणार नाही,' तरच आपण म्हणू शकतो, की सामाजिक शांतता खऱ्या अर्थाने प्रस्थापित झाली. पाश्चिमात्य देशांच्या प्रगतीचा आणि उन्नतीचा हा मूलमंत्र आहे, की तेथील माणसे आणि सरकार क्षुल्लक कारणावरून सामाजिक शांतता बिघडू देत नाहीत आणि धार्मिक व जातीय वादविवादावरून तर अजिबात नाही.

या पृथ्वीतलावर प्रत्येक धर्माला अवतरवण्याचे एक प्रमुख कारण म्हणजे समाजात एक चिरकालीन शांतता प्रस्थापित व्हावी. समाजात अशांतता माजली असेल, तर त्याला धर्म जबाबदार नसून, त्या धर्माची माणसे जबाबदार आहेत. 'एका गालावर थप्पड खाऊन दुसरा गाल पुढे करा', हे धोरण इस्लामचे नसले तरी, माफ करण्याला फार महत्त्व देण्यात आले आहे. दुसरा गाल पुढे केल्याने समस्येचे निरसन होत नसून, माफ केल्याने समाजात एका विधायक परंपरेची परिणती होते आणि इतर माणसेही त्याचे अनुकरण करायला लागतात.

इस्लाम धर्माने अत्यंत काळजीपूर्वक सामाजिक आणि वैयक्तिक शांती प्रस्थापनेकडे लक्ष दिले आहे. जप केल्याने शांती प्रस्थापित होत नसून, त्यासाठी विधायक कार्य, व्यवस्थित कायदे आणि सर्वांत महत्त्वाचे म्हणजे सरकारी यंत्रणेला निःपक्षपातीपणाचे धोरण स्वीकारावे लागते. कमकुवत आणि समाजातील दुबळा घटक यातना सहन करत राहील आणि प्रबल घटक त्यांना शांत राहण्याचे धडे देत राहिला, तर समाजाला कधीही शांतता लाभणार नाही. उलट लोक प्रक्षुब्ध होऊन उठतील आणि समाजात क्रांतीची लाट पसरेल. जसे, शाळेच्या प्रत्येक वर्गातून विद्यार्थ्यांच्या प्रत्येक प्रश्नाची रीतसर उत्तरे दिली जातात, त्याचप्रमाणे समाजातील प्रत्येक समस्यांची राज्यकर्त्यांनी समाधानपूर्वक उत्तरे दिली पाहिजेत. सामाजिक शांतीचा हा पहिला धडा राज्यकर्त्यांना अवगत झाला तर पुढे सर्वकाही सोपे होईल. पवित्र कुरआनात एके ठिकाणी म्हणण्यात आले आहे की :

'फ़अम्मल यतीम फ़ला तक़्हर व अम्मस साइला फ़ला तन्हर.'

(अनाथावर सक्ती करू नका, आणि याचकाला झिडकारू नका.)

(अजजुहा : ९३:९-१०)

पैगंबर हज़रत मुहम्मदसाहेबांच्या जीवनातील प्रत्येक कृतीतून शांतीचा संदेश अवतरित होताना दिसतो. मक्केत प्रेषितसाहेब व त्यांचे सोबती ज्यांनी एका ईश्वरावर ईमान आणले होते, प्रत्येक क्षणी मक्कावासीयांचे अत्याचार सहन केले होते, जेव्हा आपले स्वदेश त्यागून शांतीच्या मदिनेत दाखल झाले, तेव्हा पैगंबरसाहेबांनी त्यांना आवेशपूर्वक चार गोष्टींचे अनुकरण करण्याचे आदेश दिले : (१) शांतता पसरवत जा, म्हणजे एकमेकांना 'सलाम' करा (२) भुकेल्यांना जेवू घाला (३) नातेसंबंधांचा आदर राखा आणि (४) रात्रीच्या उत्तर प्रहरी जेव्हा संसार झोपी गेलेला असतो, तेव्हा उठा आणि तहज्जुदची नमाज़ पढा.

आजच्या युगात लोकांनी ही चार कर्मे केली तरी इतर काही न करता जगात शांतता प्रस्थापित होईल आणि मोठमोठ्या लढाया आपोआप टाळता येतील.

उपासनांचा अर्क म्हणजे 'दुआ'

प्रकाशन दिनांक : ९-७-२०१४

'दुआ' या शब्दाकरिता अरबी भाषेव्यतिरिक्त इतर भाषांमध्ये अनुवादित किंवा पर्यायी शब्द मिळणे कठीण आहे. नमाज़ पढून झाल्यानंतर मुस्लिम बांधव गुडघ्यावरून दोन्ही पाय मुडपून म्हणजे त्यांची घडी घालून (दोज़ानो होऊन) बसतात. पाठ सरळ ठेवून दोन्ही हात चेहऱ्यासमोर आणून त्यांना अशा प्रकारे जोडतात की, दोन्ही हातांचे तळहात चेहऱ्यासमोर उघडे असतात. ईश्वराला ध्यानीमनी धरून आपल्या याचना त्याच्यासमोर अत्यंत गांभीर्याने व विनम्रपणे मांडतात. या याचना आणि मागण्या ईश्वरासमोर मांडत असताना ते या विनंतीत इतके गर्क होतात की, त्यांना अनेकदा सभोवतालाचेसुद्धा भान राहत नाही. काहींना रडू फुटते व अश्रूंनी त्यांचा चेहरा ओलाचिंब होऊन जातो. काही जण लहान मुलासारखे अश्रू ढाळतात आणि बेचैन होऊन आपल्या गरजा ईश्वरासमोर मांडतात. कारण, तोच एकमेव सर्वांचे ऐकणारा व देणारा आहे. या मागण्या वैयक्तिकही असतात किंवा कौटुंबिक व सामाजिकही असतात. ईश्वर सर्वज्ञ असला, तरी त्याला मागणारे पसंत आहेत. त्याचे म्हणणे आहे की, 'माँगने वालों को हम नई दुनिया भी देते है.'

पवित्र कुरआनात पैगंबरसाहेबांना उद्देशून म्हणण्यात आले आहे, 'आणि जेव्हा माझे भक्त तुम्हाला माझ्याबद्दल विचारतील, तर त्यांना सांगा की, मी तर सदैव निकट आहे. धावा करणारा जेव्हा माझा धावा करतो, तेव्हा मी त्याच्या हाकेला प्रतिसाद देतो, तेव्हा त्याने माझ्या प्रतिसादाचा शोध घ्यावा. माझ्यावर श्रद्धा ठेवावी; जेणेकरून ते सन्मार्गावर येतील.' (अल्‌बक़रा : २:१८६)

ईश्वराकडे दुआ मागत राहणे त्याच्या प्रसन्नताप्राप्तीकरिता उचित आहे. कुरआनात पुढे बजावण्यात आले आहे, 'हे पैगंबर, लोकांना सांगा, माझ्या पालनकर्त्याला तुमची काय गरज पडली आहे, जर तुम्ही त्याचा धावा करत नसाल.' (अलफुरकान :२५:७७) पुढे एका ठिकाणी दुआ मागण्याची रीतसुद्धा दर्शवण्यात आली आहे. 'आणि ईश्वरालाच हाक मारा. भय आणि अभिलाषेने...' (अलअअराफ : ७:५६) याच आयतीचा (महावाक्याचा) एक भाग असा आहे. 'आपल्या पालनकर्त्याला हाक मारा विनवणी करून आणि मौनपणे.' आणखी एके ठिकाणी म्हटले आहे, 'कोण आहे जो अस्वस्थ झालेल्याची प्रार्थना ऐकतो जेव्हा तो त्याचा धावा करतो आणि कोण त्याचा त्रास दूर करतो?' (अन्‌नम्ल : २७:६२)

दुआ मागण्याकरिता कोणतीही ठरावीक वेळ, जागा किंवा तिथीचे निर्बंध नाही. दुआ कुठेही, केव्हाही आणि कधीही मागता येते. दुआ गरजेप्रमाणे लहानमोठीही असू शकते; परंतु सार्वजनिकरीत्या, सर्वांकरिता (इज्तिमाई) कुणी एक दुआ मागत असताना ज्याच्या प्रत्येक उद्‌गारावर सर्व जण आमीन (म्हणजे आमचे मागणे फलित होवो, ईश्वर करो) असे म्हणतात, अशा प्रसंगी दुआ संक्षिप्त; परंतु भावपूर्ण शैलीत मागावी. अंत:करणापासून दुआ मागितल्याने इतरांवरदेखील त्याचा परिणाम होतो. लोकही खऱ्या मनाने ईश्वराकडे रुजू होतात आणि असे म्हटले जाते की, या जनसमुदायातील एकाच्याही आमीनला मान्यता मिळाली, तरी समजावे सर्वांचे कल्याण झाले; कारण ईश्वर माणसाच्या घशाच्या शिरेपेक्षाही त्याच्या निकट आहे. 'नहनू अक़्रबू इलैहि मिन हबलिल वरीद' (कुरआन)

'दुआ' रद्द होते का?

प्रकाशन दिनांक : १०-७-२०१४

सूफी संप्रदायातील थोर सूफींचे असे मत आहे, की ईश्वरचरणी मागितलेली दुआ कधीच रद्द होत नाही. त्यांचे असेही मत आहे, की जनसमुदायातील काही माणसे अशीही असतात, ज्यांची 'दुआ' कधीच रद्द होत नाही. उलट ती तातडीने कबूल केली जाते. अशा व्यक्तींना 'साहिबे दुआ' असे म्हणतात. या व्यक्ती सूफी असतातच असे नाही. त्या सर्वसामान्यांपैकीच एक असतात. या व्यक्ती आणि सामान्यांमध्ये फरक एवढाच की हे लोक ईश्वरी आदेशांचे अत्यंत काटेकोरपणे पालन करणारे असतात; तसेच त्यांच्या पोटात हराम कमाईचा एक घाससुद्धा गेलेला नसतो. पोटात हरामाचे अन्न आणि वापरण्यात हराम कमाईच्या वस्तू असतील, तर कुठलीही दुआ-प्रार्थना ईश्वरचरणी मान्य होत नाही. हे पथ्य जर सर्वसामान्य माणसाने पाळले, तर तेसुद्धा 'साहिबे दुआ' बनू शकतात.

बरेचसे उपासक नेहमी एक तक्रार करतात : आम्ही इतकी उपासना-आराधना करत असलो, तरी अल्लाह आमची एकही दुआ कबूल करत नाही आणि आमची विनवणी ईश्वरचरणी मान्य होत नाही. एक तर हे विधानच चुकीचे आहे, की 'आमची प्रार्थना कबूल होत नाही.' दुआ केव्हा कबूल होईल किंवा तिच्या स्वीकृतीची नेमकी वेळ कोणती, याची कल्पना कोणालाच नाही. शुक्रवारच्या दिवशी असे अनेक क्षण आहेत, ज्यांमध्ये प्रार्थना हमखास कबूल होते. शुक्रवारच्या नमाज़ात जेव्हा इमामसाहेब (प्रवचनकार) दोन प्रवचनांदरम्यान विश्रांतीसाठी काही क्षण बसतात, त्या क्षणी मनातल्या मनात दुआ मागितली, की ती हमखास कबूल होते. मनातल्या मनात यासाठी की प्रवचनाच्या दरम्यान काही बोलणे पाप आहे. अत्यंत शांतपणे प्रवचन ऐकणे जरुरीचे आहे. शुक्रवारी दिवसातून 'दुआ' कबूल होण्याचे अनेक क्षण आहेत, जसे मशिदीत दाखल होताना अज़ान ऐकल्यानंतर, प्रवचनासाठी इमाम उभे राहण्याच्या आधी, दोन प्रवचनांच्या दरम्यान, प्रवचन संपल्यानंतर, नमाज़ संपल्यानंतर, शुक्रवारच्या दिवशी प्रत्येक नमाज़नंतर.

इस्लामी शरीअतनुसार प्रत्येक दिवसाची सुरुवात आदल्या दिवसाच्या सूर्यास्तापासून होते, म्हणजे रविवारचा दिवस शनिवारच्या सूर्यास्तापासून समजला जातो, म्हणून गुरुवार आणि शुक्रवारच्या सूर्यास्तादरम्यान केलेली प्रत्येक प्रार्थना शुक्रवारच्या दिवशी केलेली प्रार्थना समजली जाईल. प्रार्थनेच्या स्वीकृतीची सर्वात उत्तम वेळ उत्तर रात्रीची आहे.

जेव्हा सर्व माणसे आणि पशू गाढ झोपेत असतात, त्या क्षणी एक उपासक जेव्हा आपल्या पालनकर्त्यासमोर नतमस्तक होतो, तेव्हा त्या उपासकाची कुठलीही दुआ-प्रार्थना रद्द केली जात नाही. या प्रहराला व यात पढली जाणारी नमाज़ म्हणजे 'तहज्जुदची नमाज़' होय. प्रेषितसाहेबांवर ही नमाज़ अनिवार्य (फर्ज़) होती.

काही वेळा आपण परमेश्वराकडून आपल्या ऐपतीपेक्षा व सहनशक्तीपेक्षा अधिक मागून जातो. परमेश्वर त्यालाही रद्द करत नाही. अशा मागण्या त्याच्या दरबारी राखून ठेवल्या जातात व उचित प्रसंगी त्या बहाल केल्या जातात किंवा त्यांचा मोबदला म्हणून उचित देणगी आपल्याला देण्यात येते, जी आपल्याला कल्याणकारी ठरते.

रमज़ानमध्येच हज्जची तयारी

प्रकाशन दिनांक : ११-७-२०१४

हज्जची पवित्र यात्रा हिजरी पंचांगाप्रमाणे जिलहिज्जया महिन्यातून होत असली, तरी त्याची तयारी वर्षभर चालू असते. सौदी सरकारमध्ये हज्ज यात्रेच्या सुव्यवस्थेसाठी एक वेगळे मंत्रालय आहे. भारतातसुद्धा हज्ज यात्रेच्या व्यवस्थापनासाठी 'हज्ज कमेटी' नावाने वेगळी समिती आहे. ती विदेश मंत्रालय आणि संसद यांच्यातर्फे कार्यरत असते. ही सर्व मंडळी एकत्रित येऊन हज्जला जाणाऱ्या यात्रेकरूंच्या सुखसोयी आणि त्यांच्या सुखरूप जाण्या-येण्याचा प्रबंध करतात.

रमज़ान आणि हज्जच्या महिन्यामध्ये फक्त दोनच महिन्यांचे अंतर असते. त्यामुळे हज्ज यात्रेवर जाणाऱ्यांना रमज़ानच्या महिन्यातच खूप तयारी करावी लागते. हज्जची ही पवित्र यात्रा हज्ज कमेटीमार्फत अथवा खासगी टूर कंपन्यांमार्फतही करता येते. पैसे मात्र दोन्ही ठिकाणी भरपूर लागतात. हज्ज यात्रेवर केला जाणारा खर्च आपल्या हलाल व पवित्र कमाईतून करण्यात यावा. जी माणसे अशा वित्त संस्थांमधून काम करतात, जेथे व्याज व्यवहारात आणले जाते आणि कर्मचाऱ्याला व्याजाचे व्यवस्थापन करावे लागते, अशा कमाईतून हज्ज यात्रेवर जाणे 'हराम' आहे. अशा व्यक्तीने पवित्र कमाईतून हज्ज करण्याची व्यवस्था करावी.

हज्जचा पवित्र प्रवास आयुष्यातून केवळ एकदाच करणे बंधनकारक आहे आणि तेही अशा व्यक्तीवर, ज्याच्याजवळ येण्याजाण्याचा मुबलक खर्च करण्याची क्षमता आणि स्वास्थ्य असेल. सहप्रवाशांच्या खर्चावर व शारीरिक मदतीवर अवलंबून राहून हज्ज करणे उचित नाही. वित्तीयदृष्ट्या ज्या व्यक्तीवर हज्ज करणे लागू झाले असेल, मात्र त्याचे स्वास्थ्य त्याला प्रवासासाठी जाण्याची परवानगी देत नसेल, अशा व्यक्तींना आपल्याऐवजी दुसऱ्याला हज्ज यात्रेवर पाठवण्याची मुभा आहे. स्वास्थ्य प्राप्त होताच मात्र त्या व्यक्तीला स्वतःला हज्ज करावा लागेल.

इतरांमार्फत आपले हज्ज करण्याच्या पद्धतीला 'हज्जे बदल' असे म्हटले जाते. हज्ज एक महान शारीरिक आणि वित्तीय उपासना आहे, म्हणून असे म्हटले जाते, की 'तरुण वयात हज्ज करणे अल्लाहचरणी केवळ स्वीकृतीचे प्रतीक नसून ते आनंददायकही आहे.' पन्नास लाखांहून अधिक माणसे एकाच वेळी व एकाच ठिकाणी एकत्रित येणे काही साधीसोपी गोष्ट

नाही. हज्जच्या परिसरात काही वर्षांपूर्वी पायी जाता येणे शक्य नव्हते. आता त्या ठिकाणी उच्च दर्जाच्या रेल्वेगाड्या, बस आणि कार धावत असल्या तरी प्रवास हा प्रवासच आहे, म्हणून हज्ज यात्रेकरूने आधीपासून यात्रेची तयारी आणि योग्य तो सराव करणे आवश्यक आहे. रमज़ानचा महिना या सरावासाठी एक उत्तम संधी असून, या महिन्यातून हज्जच्या परिसराची माहिती, पार पाडल्या जाणाऱ्या विधींची सविस्तर माहिती, अनुभवी व जाणकार व्यक्तींकडून समजून घेणे निश्चितच उपयोगी ठरेल. म्हणून रमज़ानचा महिना हज्ज यात्रेच्या मानसिक तयारीसाठी एक संधी म्हणून वापरता येणे शक्य आहे. उपवासधारकांनी याकडेही लक्ष दिले पाहिजे.

या पवित्र प्रवासासाठी वित्तीयदृष्ट्या आपण कितीही सज्ज असलो, तरी शारीरिक व मानसिकदृष्ट्या सज्ज असणे अधिक आवश्यक आहे.

उपवासाच्या वेळापत्रकाचे महत्त्व

प्रकाशन दिनांक : १५-७-२०१४

उचित काम उचित समयी केल्यास त्या कामाचे महत्त्व वाढते. आजच्या युगात वेळेला जितके महत्त्व आहे, तेवढे महत्त्व यापूर्वी कधीच नव्हते. वेळेवर मात मिळवण्यासाठी दररोज नवनवीन यंत्र आणि वाहनांची निर्मिती होत आहे. बाजारात वेळेशिवाय सर्वकाही उपलब्ध आहे. आपल्याकडे उपलब्ध वेळेच्या व्यवस्थापनाचे काम म्हणजे 'टाइम मॅनेजमेंट.' माणसापेक्षा ईश्वराला वेळेच्या महत्त्वाची जाणीव अधिक आहे; कारण ईश्वर स्वतः वेळेचा निर्माता आहे. पैगंबरसाहेबांच्या एका आदेशान्वये, ''वला तसुब्बुद् दह्र; अद् दह्र लिल्लाह'' (वेळेला वाईट उल्लेखू नका. कारण, काळ स्वतः ईश्वर आहे) आणि म्हणूनच की काय, निसर्गातील प्रत्येक चीजवस्तू, चंद्र व सूर्य विशेषतः काळाच्या चाकोरीत असे गुंफलेले आहेत, की सेकंदाचा हजारावा भाग इतकाही त्यांच्या हालचालीत फरक पडत नाही.

इस्लाम धर्माने आपल्या अनुयायांना प्रत्येक उपासनेसाठी एक वेळ ठरवून दिली आहे. उपासना त्या ठरावीक वेळेत केली गेली, तर ती उचित व स्वीकृतिप्राप्त समजली जाईल; अन्यथा ती उपासना क़ज़ा (वेळेवर न केलेली उपासना) समजली जाईल आणि त्याची परतफेड म्हणून दंडही भरावा लागणार आहे. प्रत्येक उपासनेचा दंड वेगळा आहे. उदाहरणार्थ, नमाज़ची क़ज़ा संपूर्ण नमाज़ अदा करणे आहे, परंतु रमज़ानचे उपवास जाणूनबुजून सोडले किंवा मोडले तर एका उपवासाची क़ज़ा म्हणजे सतत ६० उपवास करणे ही आहे. मध्येच एक जरी उपवास सुटला, तरी पुन्हा एकपासून ६० उपवास करायचे. हे जमत नसेल तर ६० माणसांना दोन वेळचे पोटभर जेवण घालावे.

याच प्रकारे हज्ज यात्रेतील अनेक चुकांना व दिरंगाईला वेगळे दंड (फ़िदिया किंवा कफ़्फ़ारा) आहेत. उदाहरणार्थ, उमरा किंवा हज्जच्या वेळी दोन बिन शिवलेल्या चादरी 'एहराम' म्हणून परिधान करावयाच्या असतात. हज्जचा संपूर्ण विधी संपल्यानंतर मुंडण करून या चादरी बदलून शिवलेली वस्त्रे परिधान करावयाची असतात. एखाद्या व्यक्तीने मुंडण करायच्या आधी शिवलेली वस्त्रे घातली आणि त्यावर १२ तास ओलांडले असतील, तर अशा व्यक्तीला 'दम' म्हणून एका बोकडाची आहुती द्यावी लागेल. एक-दीड तास ओलांडला असेल, तर आपण खात असलेला पावणेदोन किलो गहू अथवा त्याची किंमत 'सद्का' म्हणून दान करावी लागेल.

घड्याळ आजचे यंत्र आहे; परंतु सूर्य आणि चंद्र हे प्राचीन काळापासून वेळेचे दर्शक म्हणून अल्लाहने मानवाच्या सेवेत दिले आहेत. दिवसाच्या तासांची गणती सूर्याच्या हालचालीने, तर महिने आणि वर्ष चंद्रकलाच्या निरीक्षणाने निश्चित करण्यात येतात. पृथ्वीतलावर वेगवेगळ्या ठिकाणी एकाच दिवसाची लांबी कमीजास्त असते. उत्तर गोलार्धात उन्हाळ्यात दिवस मोठे तर हिवाळ्यात लहान असतात. उत्तर आणि दक्षिण ध्रुवावर २४ तासांचा म्हणजे सहा महिन्यांचा दिवस आणि सहा महिन्यांची रात्र असते. अशा ठिकाणी उपवास धरण्याच्या आणि सोडण्याच्या वेळेला खूप महत्त्व आहे.

सर्वसाधारणपणे पहाटे म्हणजे, प्रात:काळापासून सूर्यास्तापर्यंत काही न खाणेपिणे म्हणजे उपवास होय. गजबजलेल्या लोकवस्तीतून पंचांग, वर्तमानपत्र, रेडिओ, टीव्ही, छापील वेळापत्रक, मशिदीतून घोषणा इत्यादी मार्गाने उपवासाची वेळ सुरू व बंद झाल्याचे समजते; परंतु दुर्गम भागात, प्रात:काळचा उजेड व सूर्यास्तसमयीचा अंधार हे उपवासाचे वेळ सिद्ध करण्याचे एकमेव साधन आहे, ज्याचा कुरआनातही उल्लेख आहे.

नागरिकांना शांती हवी

प्रकाशन दिनांक : १६-७-२०१४

प्रत्येक राष्ट्राच्या राजकीय जीवनात एक वेळ अशी येते, की त्या देशाला रानटी आणि सुसभ्य जीवनातून कुठल्यातरी एका मार्गाची निवड करावी लागते. देशाच्या जनतेला सुसभ्य आणि सुसंस्कृत मार्गावर न्यायचे, की त्यांच्यासमोर रानटी जीवनाचे मार्ग उघड करायचे? समाजात उपद्रव माजवणाऱ्या आणि अफवा पसरवणाऱ्यांवर सरकारची पकड मजबूत राहिली नाही, तर समाजात रानटी जीवनाची सुरुवात होते. अशा देशात जिथे शासनकर्ते आणि कायदा व सुव्यवस्था राखणारी यंत्रणाच गुंडांच्या आणि उपद्रव माजवणाऱ्यांच्या पाठीशी उभी असेल, तर समाजात रानटी जीवनाची व आतंकवादाची सुरुवात होणे अटळ आहे. कायदे राबवताना भेदभाव करणेदेखील समाजाच्या उन्नतीसाठी फार धोकादायक आहे.

माणसाची आणि सरकारची पारख आणीबाणीच्या परिस्थितीत होते. अचानक उद्‌भवलेल्या प्रसंगी तो (शासन आणि शासनकर्ता) कसा वागतो, यावरून त्या देशाच्या जीवनशैलीबद्दल आपण काही तर्क करू शकतो, की अमुक देशाचे शासन सुसभ्य आणि सुसंस्कृत आहे. सुलैमान (अ.) नावाच्या एका सम्राटाला ईश्वराने अफाट शक्ती आणि ऐश्वर्य दिले होते. त्यांना प्रेषित्वही प्रदान करण्यात आले होते. त्यांना पक्ष्यांच्या भाषा शिकवण्यात आल्या होत्या. सुलैमान (अ.)साठी जिन्नांचे, माणसांचे आणि पक्ष्यांचे लष्कर जमवले गेले होते आणि ते पूर्ण नियंत्रणाखाली ठेवले जात होते. एकदा सुलैमान (अ.) त्यांच्या समवेत कूच करत होते, येथ पावेतो, की हे सर्व जेव्हा मुंग्यांच्या खोऱ्यात पोहोचले तेव्हा एका मुंगीने सांगितले, "हे मुंग्यांनो! आपापल्या वारुळात शिरा, कदाचित असे होऊ नये, की सुलैमान (अ.) आणि त्याच्या लष्कराने तुम्हाला तुडवून टाकावे आणि त्यांना त्याची खबरसुद्धा नसावी." (कुरआन-अन्‌नम्ल : २७:१८)

ईश्वराने सुलैमान (अ.) यांना इतकी प्रचंड शक्ती दिली होती; परंतु त्यांनी आपल्या शक्तीचा उपयोग धरतीवर आपली सत्ता गाजवण्यासाठी केला नाही, ते आणखीनच विनम्र बनले. त्यांनी मुंगीच्या बोलण्यावर प्रत्युत्तर दिले. सुलैमान (अ.) तिच्या बोलण्यावर स्मितहास्य करत म्हणाले, "हे माझ्या पालनकर्त्या, मला नियंत्रणात ठेव की मी तुझ्या त्या उपकाराबद्दल कृतज्ञता व्यक्त करीत राहीन. जे तू माझ्यावर व माझ्या मातापित्यांवर केले आहेस आणि असे सत्कृत्य करावे, जे तुला आवडेल आणि आपल्या कृपेने मला आपल्या

सदाचारी दासांमध्ये सामील कर.'' (कुरआन : १९:१९)

सुलैमान (अ.) प्रेषित होते. सम्राट होते. शहेनशाह होते. अफाट सामरिक शक्ती बाळगणारे सर्वसमृद्ध होते; परंतु अफाट देणगीबद्दल कृतघ्न बनण्याऐवजी ते सदैव आपल्या पालनकर्त्याची कृतज्ञता व्यक्त करत राहिले. आज परिस्थिती अशी आहे, कुणाला थोडेजरी सत्ता-सामर्थ्य प्राप्त झाले, तरी त्याचे पाय जमिनीवर राहत नाहीत आणि तो दुसऱ्याचे हक्क कसे बळकावता येतील, या कारस्थानामध्येच मग्न राहतो.

पवित्र कुरआन आणि मानवी इतिहासात अशी अनेक उदाहरणे आहेत, ज्यांचा अभ्यास केल्यानंतर लक्षात येते, की ही माणसे किती शक्तिमान होती; परंतु त्यांनी आपल्या सामर्थ्याचा उपयोग जगात शांती प्रस्थापित करण्याऐवजी उपद्रव माजवण्यासाठी केला. ईश्वराला धरतीवर सुख हवे आहे, शांती हवी आहे. ज्या लोकांनी याच्या विपरीत काम केले, आज त्यांचे नामोनिशाण जगाच्या पाठीवर उरले नाही.

शांतता प्रस्थापित करण्यासाठी...

प्रकाशन दिनांक : १८-७-२०१४

'शांतता' प्रत्येक माणसाची व समाजाची गरज आहे. पवित्र कुरआन आणि इस्लामी परंपरेनुसार ईश्वराने या धरतीवर सुमारे १ लाख २४ हजार प्रेषित पाठवले. ते सर्व शांतिदूत होते. त्या सर्व पैगंबरांनी जगात शांतीचे साम्राज्य प्रस्थापित करण्यासाठी आपले सर्वस्व पणाला लावले. अनेक प्रेषितांना समाजकंटकांनी ठारसुद्धा मारले, तरीही त्या प्रेषितांनी आपल्या अनुयायांना सूड घेण्यापासून रोखले.

पवित्र कुरआनात एक लहानसा श्लोक आहे : 'व अम्मस साइल फ़ला तन्हर' ('आणि याचकाला झिडकारू नका'). (अद्दुहा : ९३:१०) याचक म्हणजे प्रश्नकर्ता; आपले म्हणणे मांडणारा; काही मागणारा, याचक एक विद्यार्थीही असू शकतो, सरकारी कार्यालयात आपली अडचण मांडणाराही असू शकतो, लोकसभेत आणि इतर विधिमंडळात सरकारला जाब विचारणारा एक लोकप्रतिनिधीही असू शकतो आणि कोर्टात न्याय मागणारा एक सर्वसामान्य माणूसही असू शकतो. यंत्रणेने या माणसांना झिडकारून पिटाळले, तर विचार करा, समाजात शांतता नांदेल का? समाजात असंतोष पसरेल, चळवळ उभी राहील आणि कदाचित रक्तपात होऊन क्रांतीसुद्धा घडून येईल. गोष्ट लहान आहे; परंतु अल्लाहने आपल्या प्रेषितावर एक छोटेसे आदेश अवतरून एक मोठ्या भयंकर उपद्रवाला आळा घातला आहे. कारण अशांततेची सुरुवात छोट्याछोट्या घटनांपासूनच होत असते.

पैगंबर हज़रत मुहम्मद (स.) यांनी जेव्हा आपल्या जन्मठिकाणी, म्हणजे मक्का या शहरात इस्लामचा प्रचार-प्रसार सुरू केला, तेव्हा तेथे खळबळ उडाली. त्यांच्या जीवलगाचे नातेवाईक त्यांच्या जिवावर उठले. चोहीकडे एक भयावह असे वातावरण निर्माण झाले. विरोध करणाऱ्या अश्रद्धावंतांनी प्रेषितसाहेबांचे आणि त्यांच्यावर ईमान आणणाऱ्या श्रद्धावंतांचे जगणे मुश्कील करून टाकले.

अल्लाहने प्रेषितसाहेबांना या परिस्थितीला हाताळण्यासाठी कुरआनमार्फत एक अत्यंत मुत्सद्दीपणाचा संदेश दिला आणि विरोधकांना सांगण्याचे आदेश दिले, की 'लकुम दीनुकुम वलियदीन' ('तुमच्यासाठी तुमचा धर्म आहे आणि माझ्यासाठी माझा धर्म'). (अल्काफिरून : १०९:६) भावार्थ असा : धर्माच्या बाबतीत माझ्यात व तुमच्यात कोणताच मेळ नाही. माझा मार्ग वेगळा व तुमचा मार्ग वेगळा आहे. उगाचच भांडत बसण्यात काही अर्थ नाही.

या अध्यायातील या आयती अवतरल्यानंतर मक्केच्या वातावरणात एक प्रकारची शांतता निर्माण झाली, कारण या प्रसंगी अंधश्रद्धावंतांना असा भास झाला असावा, की प्रेषितसाहेब बिनशर्त माघार घेत आहेत.

समाजात शांतता प्रस्थापित करण्यासाठी प्रयत्नशील असलेल्या कार्यकर्त्यांसाठी या अध्यायाचे सखोल अध्ययन खूप उपयोगी ठरेल.

समस्त मानवजातीला जीवन प्रदान

प्रकाशन दिनांक : १९-७-२०१४

पवित्र कुरआनात एक विलक्षण श्लोक आढळतो, त्याचा मराठी अनुवाद पुढीलप्रमाणे :

'ज्याने एखाद्या माणसाला (कारण नसताना) ठार केले त्याने जणू काही समस्त मानवांना ठार केले; आणि ज्याने कोणाला जीवदान दिले, त्याने जणू काही समस्त मानवजातीला जीवन प्रदान केले.' (अल्‌माईदा : ५:३२)

इस्लामी शरीअतप्रमाणे जे गुन्हे महापाप मानले गेले आहेत, त्यात माणसाला ठार मारणे म्हणजे कत्तल करणे अथवा खून करणे व व्यभिचार करणे हे आहेत. या दोन्ही गुन्ह्यांची शिक्षा मृत्युदंड आहे. अशा माणसाला कुणी ठार मारले असेल, ज्याने पृथ्वीतलावर उपद्रवही माजवला नसेल अथवा कुणाला ठारही मारले नसेल, तर अशा निरपराध व्यक्तीला ठार मारणाऱ्याने जणू काही सर्व मानवजातीची हत्या केली आहे, असे कुरआनचे म्हणणे आहे. निरपराध व्यक्तीला ठार मारण्याचे आदेश शासनाने दिले असले तरी, असे समजले जाईल की, शासनाने जणू काही समस्त मानवजातीची हत्या केली. काही वेळा केवळ वैमनस्याने शांती आणि सुव्यवस्था राखण्याच्या नावाखाली काही विशेष लोकांवर गोळ्या झाडल्या जातात, अशा शिपायाचादेखील समस्त मानवजातीची हत्या करणाऱ्यामध्ये समावेश होईल.

या उलट एखाद्या व्यक्तीने आपल्या प्राणाची बाजी लावून एखाद्या निरपराध व्यक्तीचा मरणापासून बचाव केला असेल, किंवा एखाद्या वकिलाने आपल्या युक्तिवादाने आपल्या निरपराध अशिलाची मान सुळावरून मुक्त करवली तर त्याने जणू काही समस्त मानवजातीला जीवनदान दिले.

पवित्र कुरआनात यापुढे म्हणण्यात येते आहे की, 'जे लोक अल्लाह आणि त्याचे पैगंबर यांच्याशी युद्ध करतात आणि भूमीवर याकरिता धावपळ करतात, ज्यामुळे हिंसाचार माजावा, त्यांची शिक्षा ही आहे की, ते ठार मारले जातील अथवा सुळावर चढवले जातील अथवा परस्परांविरुद्ध दिशेने त्यांचे हातपाय कापले जातील, अथवा त्यांना देशांतर करावयास लावले जाईल. हा अपमान व नामुष्की तर त्यांच्यासाठी दुनियेत आहे आणि मरणोत्तर जीवनामध्ये त्यांच्याकरिता याहून मोठी शिक्षा आहे. परंतु, जे लोक पश्चात्ताप करतील यापूर्वी की तुम्ही त्यांच्यावर प्रभुत्व प्रस्थापित करावे - तुम्हाला माहीत असावयास हवे की,

अल्लाह माफ करणारा व दया करणारा आहे.' (अल्माईदा : ५:३३-३४)

या क्षणी असे वाटते की, इस्लामचा समस्त 'जगाला प्रेम अर्पावे!'सारखा संदेश असूनसुद्धा गुन्हेगारांविरुद्ध एवढ्या कडक कारवाईचे (प्रेषितसाहेबांना) आदेश कसे देण्यात आले? याचे उत्तर एकच की, अशी कठोर शिक्षा प्रत्येक सुसंस्कृत समाजाने व धर्माने आपल्या अनुयायांना सुचवली आहे. 'दुष्टांना योग्य शासन केल्याने सज्जनांच्या निर्वैरपणास कमीपणा येत नाही.' (*अग्निशिखा* स्मरणिका पृ. क्र. १२)

समाजात शांतता प्रस्थापित करावयाची असेल तर काही कठोर पावले उचलावी लागणारच.

''कशासाठी? पोटासाठी...!''

प्रकाशन दिनांक : २१-७-२०१४

माणसाच्या एकूण शारीरिक हालचाली त्याच्या मानसिक व बौद्धिक आदेशांवर अवलंबून असतात. एखाद्या माणसाने हे ठरवलेच, की कामाच्या ठिकाणी १० किलोमीटर मी दररोज पायीच जाणार, तर कुठलेही वाहन त्याचे हे व्रत तोडू शकणार नाही. त्याचप्रमाणे कुणी असा निर्धारच केले, की आयुष्यभर मी हरामकमाईचा एक थेंबसुद्धा माझ्या वा माझ्या मुलाबाळांच्या पोटात जाऊ देणार नाही, तर कसलीही भूक अथवा लालसा त्याला हराम कमाईवर अवलंबून राहण्याकरिता परावृत्त करणार नाही.

हराम म्हणजे काय? हराम म्हणजे सार्वजनिक, सरकारी अथवा खासगी मालमत्ता, कायदेव्यवस्था, सवलती, शासन, पैसा इत्यादी बाबींना परवानगी नसताना स्वतःच्या अथवा कुटुंबीयांच्या वा मित्रपरिवाराच्या फायद्या वा कल्याणाकरिता वापरणे होय. साध्यासोप्या भाषेत यालाच चोरी किंवा लाचखोरी म्हटले जाते. इस्लामी शरीअतमध्ये गुन्ह्याचे स्वरूप व त्याची तीव्रता आणि विस्तार बघून हात कापण्यापर्यंतचे प्रावधान आहे. कर्मचाऱ्याच्या या कृत्यामुळे जर देशाची एकता व अखंडतेवर प्रहार होत असेल, तर अशा आरोपीला मृत्युदंड सुनावण्याचेदेखील आदेश आहेत. इस्लामी विधिशास्त्राच्या इतिहासामध्ये याची अनेक उदाहरणे आहेत.

खाण्यापिण्याच्या वस्तूंमध्येदेखील इस्लामने खूप दक्ष राहण्याचे आदेश दिले आहेत. अल्लाहशिवाय इतर कुणाच्या नावाने आहुती दिलेल्या जनावराचे मांस अथवा इतर पदार्थांचे सेवन करणे अथवा वापरणे निषिद्ध व वर्ज्य आहे. तसेच रक्त, मद्य आणि नशा आणणाऱ्या वस्तूंचे सेवन करणे हराम आहे.

सरकारी व सार्वजनिक सवलतींचा स्वतःकरिता वापर न करण्याचे एक उत्तम उदाहरण इस्लामचे पाचवे आदर्श ख़लिफ़ा म्हणून मान्यताप्राप्त हज़रत उमर बिन अब्दुल अजीजचे आहे. एकदा ते आपल्या घरात रात्रीच्या वेळी सरकारी काम करत बसले होते, तेव्हा एक गृहस्थ त्यांच्या भेटीसाठी आले. बोलण्याच्या दरम्यान हज़रत उमर बिन अब्दुल अजीजने आपल्या समोरचा दिवा विझवला आणि एक दुसरा दिवा पेटवला. ते गृहस्थ बराच वेळ बसले. मात्र, जाताना त्यांनी ख़लिफ़ाला विचारले, की ''एक दिवा विझवून दुसरा पेटवण्यामागे काय रहस्य आहे.'' हज़रत उमर बिन अब्दुल अजीज म्हणाले, की

“मला आधी वाटले, की आपण माझ्याकडे काही सरकारी कामानिमित्त आला आहात. नंतर समजले, की तुमची ही भेट खासगी होती आणि पहिल्या दिव्यात वापरले जाणारे तेल सरकारी कोशागारातील होते. खासगी गाठीभेटींच्या दरम्यान सरकारी कोशागारातील तेल वापरणे उचित नाही, जी आम जनतेची मिळकत आहे. म्हणून मी तो दिवा विझवून माझ्या स्वतःच्या मालकीचा दिवा पेटवला.”

हे उमर बिन अब्दुल अजीज (र.) ख़लिफ़ा बनण्यापूर्वी अत्यंत श्रीमंत व सरदारकी राखणाऱ्या घराण्यातील होते. तरुण मुले त्यांच्या राहणीमानाचे व वेशभूषेचे अनुकरण करायचे; परंतु ख़लिफ़ापदी नेमणूक होताच त्यांनी आपले सर्वकाही दान करून टाकले आणि अल्पशा मानधनावर उर्वरित जीवन व्यतीत केले. राजकन्येसारखे जीवन जगणाऱ्या त्यांच्या मुली भाकरीबरोबर कांदे खाण्यावर समाधान मानू लागल्या.

वाईट मार्गाने मिळवलेल्या संपत्तीचे अवगुण

प्रकाशन दिनांक : २२-७-२०१४

चोरीचा गुन्हा एक सामाजिक अपराध असला तरी, वैयक्तिकदृष्ट्या चोरी करणाऱ्या व्यक्तीच्या मानसिकतेवर त्याचा खूप वाईट परिणाम पडत असतो. चोर मानवी समाजात आयुष्यभर आपली मान उंचावून राहू शकत नाही. आयुष्यभर पै-पै करून जमा केलेल्या संपत्तीवर चोराने अचानकपणे हात साफ करावा आणि त्या संपत्तीची अनावश्यक वस्तूंवर उधळपट्टी करावी आणि समाजात एक अनैसर्गिक आर्थिक पोकळी निर्माण करावी, अशा कृत्याला कुठलाही समाज क्षमा करणार नाही; म्हणून इस्लामी शरीअतने चोराचे हात कापून टाकण्याचे आदेश दिले आहेत. ही शिक्षा इस्लामच्या उदयकाळाच्या पूर्वीपासून म्हणजे यहुदी आणि ख्रिस्ती काळापासून लागू होती. पैगंबरसाहेबांनी काही नवे आदेश न देता प्रचलित कायद्यालाच मान्यता दिली आहे. मनुस्मृतीमध्येदेखील चोरीसाठी याच शिक्षेच्या जवळपासचेच आदेश सुचवण्यात आले आहेत.

चोराला किंवा लाचखोराला, संपत्ती हरामात मिळाल्याकारणाने तिची कदर नसते. आपली हौस किंवा चैनीच्या वस्तू मिळवण्याकरिता तो बाजारात पैशांचा भडिमार करतो, म्हणून महागाई वाढते, चलनाची किंमत कमी होते आणि व्यवहारात पैशांचा फुगवटा जाणवतो. नाणी आणि कागदी चलन अप्रभावित ठरतात. म्हणून आपल्या गरजा भागवण्याकरिता चोर आणि लाचखोर आपल्या व्यवसायाचीही किंमत वाढवतात आणि सर्वात शेवटी म्हणजे देशाच्या आर्थिक परिस्थितीवर आणि नैतिकतेवर याचा वाईट परिणाम होतो. ती खालावते आणि आंतरराष्ट्रीय बाजारपेठेत मालाच्या विक्रीच्या किमतीवर लाच देण्याची टक्केवारीही जोडली जाते, म्हणून वस्तूंचे भाव वाढतात. मालाला उठाव राहत नाही. 'लाचखोर कर्मचाऱ्यांचा देश,' या नावाने देशाची नामुष्की होते आणि अंतिमतः देशाच्या उन्नती आणि प्रगतीवर याचा परिणाम होतो.

देश एका भयानक संकटात पडलेला बरा, की पहिल्याच चोरीच्या वेळी चोराचे हात कापलेले बरे?

याचा अर्थ असा नाही, की सरकारी यंत्रणेने प्रत्येकाचे हातच छाटत बसावे. आपल्याकडे हा कायदा लागू झाला तर निम्म्या देशाला एका हाताने टाळी वाजवावी लागेल. भुकेलेल्या माणसाने मूठभर चणे चोरले तर त्याचे हात कापावे, अशातला भाग

नाही. इस्लामने कल्याणकारी राज्याची संकल्पना दिली आहे. यालाच 'बहुजन हिताय - बहुजन सुखाय' किंवा इंग्लिश भाषेत 'वेलफेअर स्टेट' म्हटले जाते. आधी सर्वांना सर्व गोष्टी उपलब्ध करून द्या, नंतर कठोर कायदे लागू करा. हे कायदेसुद्धा बहुजनांच्या हिताकरिताच आहेत. चंगळवादी प्रवृत्तीवर आळा घालणे बहुजनसुखाकडे पहिले पाऊल आहे.

इस्लामचे दुसरे आदर्श ख़लिफ़ा हज़रत उमर यांनी एकदा एका वृद्ध गृहस्थाला भीक मागताना पाहिले. ते ताबडतोब आपल्या स्वारीवरून उतरले आणि म्हणाले, 'माझ्या ख़िलाफ़तीत कुणी भीक कसा मागत आहे?' चौकशी केल्यावर समजले, की हा एक यहुदी व्यापारी होता. वयाच्या मानाने आता त्याच्या हातून काम होत नाही. त्याच्या मागेपुढेही कुणी नाही. हज़रत उमरनी बैतुलमालच्या रोखपालाला आदेश दिले की, 'या वयोवृद्धाला कोषागारातून वजीफा (पेन्शन) बहाल करण्यात यावी.' एका कल्याणकारी राज्याच्या राज्यकर्त्याकडून एका विरोधी समाजाच्या सदस्याला दिली जाणारी जगातली ही पहिलीवहिली पेन्शन होती. विरोधी समाज अशाकरिता, की या लोकांनी पैगंबरसाहेबांना खूप छळले होते.

आहे क्षण-क्षण महत्त्वाचा!

प्रकाशन दिनांक : २५-७-२०१४

मानवी जीवनातील प्रत्येक क्षण महत्त्वाचा आहे. मृत्युपश्चात मनुष्य ईश्वराकडे प्रार्थना करेल, की 'हे ईश्वरा! मला एक क्षण प्रदान कर, मला धरतीवर परत पाठव, एक क्षण का होईना, मी तुझ्या पवित्र नावाचे पाठांतर करून येतो.' ईश्वर म्हणेल, 'मी तुला जी मुदत दिली होती, आता त्याच्यावर तुला एक क्षणसुद्धा मिळणार नाही. तेवढी मुदत पुरेशी आहे. आता तुझा हिशेब तेवढ्यावरच होणार.' याचा अर्थ असा, की एकदा आपली नाडी बंद पडली की ती पुनश्च सुरू होणार नाही आणि हे जीवन केवळ एकदाच देण्यात येते. म्हणून या जीवनाच्या प्रत्येक सेकंदाचे चीज करून घ्यावे.

रमज़ानचा महिना इतर महिन्यांचा सरदार आहे. या महिन्यात करण्यात आलेल्या उपासनेचे पुण्य इतर महिन्यांत केलेल्या उपासनेच्या तुलनेत सत्तरपटीने अधिक देण्यात येते. या महिन्यात एक रात्र अशी येते ज्याला अल्लाहने क़द्रची रात्र म्हणून संबोधले आहे. लोकांना नेहमी प्रश्न पडतो, की या रात्रीत नेमके काय करायचे? प्रार्थना करावी तर कोणती आणि कशी करावी? म्हणून काही गोष्टी पुढे सुचवण्यात येत आहेत.

सर्वप्रथम एक गोष्ट लक्षात असू द्या की नेमकी कोणती रात्र, हे कुठल्याही पुस्तकातून सांगण्यात आलेले नाही. फक्त एवढेच सुचवण्यात आले आहे, की या रात्रीला रमज़ान महिन्यातील अंतिम १० दिवसांच्या विषम तारखांमध्ये शोधा. म्हणजे २१, २३, २५, २७ आणि २९ तारखांपैकी कुठल्याही एका तारखेला ही रात्र असू शकते. याचा अर्थ असा, की या विषम तारखांमध्ये आपण जागरण करावे व ईश्वरी इनाम प्राप्त करावे. या तारखांमध्ये कुठली उपासना आणि इबादत करावी, हादेखील एक प्रश्न आहे.

यासंदर्भात असे सुचवण्यात येते, की ज्या उपासनेत आपले मन लागेल ती उपासना करावी. आयुष्यात अनेक वेळची नमाज़ सुटली असेल, 'कजाए उम्री' म्हणून आधी ती भरून काढावी. ईश्वराकडे देण्यास खूप आहे, आपल्याला मागता येत नाही. त्याच्याकडे खूप मागा. इहलोकापेक्षा परलोक जीवनाकरिता जास्त मागा, कारण तिथे कोणीच मदतनीस मिळणार नाही. उलट रसद बंद पडणार आहे. या जीवनात आपण जे कराल त्याचीच फळे तिथे भोगावी लागणार आहेत. म्हणून या रात्री नमाज़ पढा, कुरआन पठण करा, ईश्वरचरणी दुआ मागा, पापांची क्षमा मागा. वेळेवर नमाज़ न पढणे, हेसुद्धा पापच आहे. नमाज़ सोडणे

महापाप आहे, खोटे बोलणे, लोकांची फसवणूक करणे, शिवीगाळ करणे, मारहाण करणे ही सर्व कामे माणसाला नरकामध्ये पाठवणारी कामे आहेत. या गुन्ह्यांपासून मुक्ती मागा, त्यांची पुनरावृत्ती होणार नाही, याकरिता अल्लाहसमोर वचनबद्ध राहण्याची शक्ती मागा. 'दुआ' प्रार्थनेचा मस्तिष्क आहे, म्हणून साश्रू दुआ मागा. अल्लाहला आपल्या प्रवृत्तीचे खूप ज्ञान आहे. तो आपल्याला तेच देईल जे आपल्याकरिता उचित आहे; परंतु मागणे टाळू नका. त्याच्यासमोर नतमस्तक व्हा. आजची रात्र लाख महिन्यांपेक्षा बेहतर रजनी आहे. आज कुठलीही प्रार्थना रद्द होणार नाही :

वो एक सज्दा जिसे तू गिराँ समझता है।
हजार सज्दों से देता है आदमी को नजात॥

कुरआनमध्ये उल्लेखित तीन शुभ रजनी

प्रकाशन दिनांक : २७-७-२०१४

पवित्र कुरआनमध्ये तीन ठिकाणी, तीन शुभ रजनींचा उल्लेख करण्यात आला आहे :

१) शबे मेअराज : प्रेषित साहेबांच्या ऊर्ध्वगमनाची रात्र

२) शबे बरात : मोक्ष; निर्वाण अथवा सुटका करून घेण्याची रात्र

३) शबे क़द्र : प्रतिष्ठा आणि मानमरातब राखणारी रात्र

शबे मेअराजचा उल्लेख पवित्र कुरआनमध्ये पुढीलप्रमाणे आला आहे : 'पवित्र आहे तो जो घेऊन गेला एका रात्री आपल्या भक्ताला मस्जिदेहराम (कअबा मस्जिद) पासून दूरच्या त्या मशिदीपर्यंत- जिच्या वातावरणाला त्याने समृद्धी दिली आहे, जेणेकरून त्याला आपल्या काही संकेतांचे निरीक्षण घडवावे. वास्तविकपणे तोच आहे सर्वकाही ऐकणारा व पाहणारा.' (बनी इस्राईल : १७:१)

शबे बरातचा उल्लेख पुढीलप्रमाणे आहे : 'हामीऽऽम. शपथ आहे या उज्ज्वल ग्रंथाची, की आम्ही याला एका अत्यंत कल्याणकारी व समृद्धशाली रात्रीत अवतरला आहे. कारण आम्ही लोकांना सावध करण्याचा इरादा बाळगत होतो. ही ती रात्र आहे- जिच्यात प्रत्येक मामल्याचा विवेकपूर्ण निर्णय आमच्या आज्ञेने सादर केला जातो.' (अद्दुखान : ४४:१-२) सर्व भाष्यकारांचे यावर एकमत आहे, की सदरच्या आयतीमध्ये ज्या पवित्र रात्रीचा उल्लेख आहे तीच ही 'लैलतुल बरअत' म्हणजे शअबान महिन्यातील पंधरावी रात्र. वर नमूद केलेल्या आयतीवरून असे कळते, की 'सर्वोच्च अल्लाहच्या राज्यव्यवस्थेत ही एक अशी रात्र आहे- ज्या रात्री अल्लाह व्यक्ती, राष्ट्रे आणि देशांच्या भाग्याचा फैसला करून आपल्या फरिश्त्यांच्या स्वाधीन करतो. मग ते याच फैसल्यानुसार अंमलबजावणी करीत असतात.' (भाष्यकार : मौलाना मौदूदी)

शबे क़द्रच्या संदर्भात पवित्र कुरआनमध्ये एक अध्याय अवतरविला गेला आहे आणि त्याचे शीर्षक 'सूरतुल क़द्र' असा आहे. त्याचा मराठी अनुवाद पुढीलप्रमाणे : 'आम्ही याला (कुरआनला) क़द्रच्या रात्री अवतरले आहे, आणि तुम्हाला काय माहीत, 'क़द्र'ची रात्र काय आहे? क़द्रची रात्र हजार महिन्यांपेक्षा अधिक उत्तम आहे. दूत आणि रूह (जिब्रईल अ.) त्यात आपल्या पालनकर्त्याच्या आज्ञेने प्रत्येक आदेश घेऊन उतरतात. ती रात्र पूर्णतः 'शांती' आहे... उषःकाळापर्यंत.' (अल्क़द्र : ९७ : १-५)

शबे मेअराज, शबे बरात आणि शबे क़द्रच्या संदर्भात बरेच काही लिहिण्यासारखे आणि वाचण्यासारखे आहे. परंतु एक गोष्ट नमूद करावीशी वाटते, की पृथ्वीच्या ज्या भूभागावर पवित्र कुरआनचे आगमन झाले, म्हणजे अरबस्तान... हे मात्र आश्चर्यजनक आहे, की एकाही अरब राष्ट्रात शबे मेअराज आणि शबे बरात साजरी करण्यात येत नाही किंवा साजरी होताना कुणी पाहिले नाही. शबे क़द्र मात्र अरब राष्ट्रांत आणि संपूर्ण मुस्लिम जगतात मोठ्या इतमामाने साजरी करण्यात येते. साजरी करतात म्हणजे काय करतात? रात्रभर घराघरांतून किंवा मशिदीतून लोक जागरण करतात, नफ्लच्या जादा नमाज़ पढतात, कुरआनचे पठण करतात, ईश्वरचरणी आपापल्या नातेवाइकांसंबंधी दुआ मागतात, देश आणि देशवासीयांच्या कल्याणाकरिता, प्रगती आणि उन्नतीकरिता, शांतता आणि एकात्मतेकरिता प्रार्थना करतात. शबे मेअराज हिजरी पंचांगाप्रमाणे रजब म्हणजे सातव्या महिन्यात येते. या रात्रीचा तर अरब राष्ट्रांत साजरी करण्याचा कुठे उल्लेखच आढळत नाही. शबे बरातमध्ये वैयक्तिकरीत्या लोक प्रार्थना करताना आढळतात, सणासारखे मात्र साजरे करत नाहीत.

रमज़ानच्या पवित्र महिन्यास निरोप

प्रकाशन दिनांक : २८-७-२०१४

रमज़ानच्या पवित्र महिन्याला निरोप देण्याचे अनेक प्रकार आहेत. प्रेषितसाहेबांच्या सोबत्यांची पाठ रमज़ानच्या महिन्यात बिछान्याला फार कमी लागायची. ते दिवसभर उपवास करायचे, रानात-शेतात आणि वाळवंटी प्रदेशात भर उन्हात काम करायचे, रात्री उशिरा तरावीहची जादा नमाज़ पढायचे आणि अल्पशा विश्रांतीनंतर पुन्हा प्रार्थनेकरिता सज्ज व्हायचे. रमज़ानचे दिवस जसजसे संपत यायचे, त्यांच्या दरम्यान सत्कर्म करण्याची चढाओढ सुरू व्हायची. त्यात गोरगरिबांना जेवू घालणे, उपवासधारकांना उपवास सोडण्याकरिता आणि राखण्याकरिताच्या वेळी न्याहरीचा प्रबंध करणे. तो काळ पाण्याच्या टंचाईचा होता. खूप लांबच्या विहिरींवरून पाणी आणावे लागायचे. घराघरांतून नळाची सोय नव्हती म्हणून ते मोठ्या कष्टाने उपवासधारकांकरिता पाण्याची सोय करायचे. काही सोबती प्रार्थनेत इतके तल्लीन व्हायचे, की त्यांना आपल्या जेवणाची व कुटुंबीयांच्या सोयींचीसुद्धा आठवण राहत नसे. इफ्तारीची वेळ जवळ आल्यावर ते खडबडून उठायचे आणि बाजारात जाऊन मेहनत - मजुरी करून जे थोडेफार मिळायचे, त्याच्यावरच भागवायचे. पैगंबरसाहेबांचे सोबती अत्यंत स्वाभिमानी होते. ते आपल्या गरजा भागवण्याकरिता कुणासमोर हात पसरत नसत. खुद्द पैगंबरसाहेबांच्या घरात अनेकदा चूल पेटत नसे. पैगंबरसाहेबांच्या म्हणण्यानुसार ते कधी दिवसातून दोन वेळा पोटभर जेवले नाहीत. पैगंबरसाहेबांचे काही सोबती रमज़ानच्या महिन्याची आठवण करून रडायचे, की हा पवित्र महिना काही क्षणांतच आपल्यापासून विभक्त होण्याच्या मार्गावर आहे.

प्रेषितसाहेबांच्या सोबत्यांनी आपल्या डोळ्यांनी पैगंबरसाहेबांवर कुरआन अवतरित होताना पाहिले होते. त्यांना माहीत होते, की कुरआन अवतरित होण्याच्या समयी पैगंबरसाहेबांवर किती शारीरिक व मानसिक ताण पडायचा. ते घामाघूम होऊन जायचे. एकदा उंटावरून जात असताना कुरआनचे अवतरण सुरू झाले. ईश्वरी आदेशांच्या संकेतांना आणि वह्यीच्या ओझ्याला उंटीण सहन करू शकली नाही. ती किंचाळून खाली बसली. पैगंबरसाहेबांच्या सोबत्यांनी हे आपल्या डोळ्यांनी पाहिले होते. त्यांच्यामुळेच हे वृत्तान्त आपल्यापर्यंत पोहोचले आहेत. त्यांना कुरआनच्या प्रत्येक शब्दाची किंमत माहीत होती, म्हणून ते रमज़ानच्या महिन्यात कुरआनचे जास्तीत जास्त पठण करायचे,

मुखोद्गत करायचे. प्रेषितसाहेब अथवा कुरआनच्या अन्य अभ्यासकांकडून कुरआन समजून घ्यायचे. ते कुरआनचे पाठक, कुरआनचे अभ्यासक, कुरआनचे उपासक होते. त्यांनी पवित्र कुरआनला आपल्या जीवनातून आत्मसात केले होते. त्यांनी कुरआनच्या नकला करून अनेक प्रती तयार केल्या. त्यांनी तयार केलेल्या अनेक प्रती आजही जगात उपलब्ध आहेत. त्याच प्रती आज प्रत्येक आवृत्तीच्या मुद्रणात मार्गदर्शक ठरत आहेत. ते रमज़ानचा महिना कुरआनचा महिना म्हणूनदेखील साजरा करायचे.

त्यांना ईदच्या दिवशी घरात मेजवानी आणि गोडधोड करण्याची काळजी नव्हती. त्यांना नवीन कपडे परिधान करण्याची हौस नव्हती. ते कुरआनचे सेवक आणि जोपासक बनले. त्यांच्याचमुळे जगातील हा सर्वांत अधिक विश्वसनीय व अस्सल ईश्वरी आदेश व पैगंबरी वारसा आपणापर्यंत पोहोचू शकला.

सांगायचे तात्पर्य एवढेच, की रमज़ानच्या महिन्यात वर नमूद केलेल्या कामांपैकी आपणास जे करता येणे शक्य असेल ते करावे.

उपवासातील आधुनिक समस्यांचे निराकरण

जग कितीही प्रगत होत असले तरी या आधुनिकतेमुळे निर्माण होणाऱ्या समस्यांचे निराकरण करण्याकरिता इस्लामी शरीअत सक्षम आहे. आधुनिक समस्यांचा विचार करणे, तज्ज्ञांकडून त्या समजून घेणे, इस्लामी शरीअत आणि धर्मोपदेशांना एका मंचावर आणणे, मुफ़्ती आणि विधी तज्ज्ञांची संयुक्त सभा बोलावून त्यात समस्या मांडून त्यावर भरपूर चर्चा, वादविवाद आणि विचारविनिमय करून एका निर्णयावर पोहोचणे. पुढे तो निर्णय देशभरात लागू करणे यासारखी एक अत्यंत महत्त्वाची कामगिरी भारत आणि भारताबाहेरदेखील अनेक संस्था बजावत आहेत. भारतात 'इस्लामी फ़िक़्ह ॲकॅडमी' ही कामगिरी बजावत असून ती जगभरातून मान्यताप्राप्त आहे. तिचे फैसले (निर्णय) इतर देशांमधूनदेखील लागू करण्यात येतात.

इस्लामच्या उदयकाळात इंजेक्शन, सलाईन, क्लोनिंग, ट्यूब बेबी, दयामरण (यूथनेशिया), रोगनिदानाकरिता यंत्रांचा वापर, शरीरात अनेक औषधी टाकून रोगनिदानाची प्रक्रिया वगैरे प्रकार नव्हते. काही शतकांपूर्वीपर्यंत मानवी जीवन अत्यंत साधे, सोपे आणि सरळ होते. आधुनिक युगाने आपले जीवन कठीण व क्लिष्ट करून टाकले आहे. या आधुनिकतेचा प्रभाव आपल्या दिनचर्येवर पडत असून धार्मिक वृत्तीच्या लोकांना आपले धार्मिक विधी पूर्ण करत असताना अनेक समस्या भेडसावतात. आता ही धर्मपंडितांचीच जबाबदारी आहे की, त्यांनी उपासकांना या समस्येतून मुक्त करावे. जगातील इस्लामी शरीअतच्या अभ्यासकांनी या समस्येंवर विशेष लक्ष देऊन याचे समाधान शोधले आहे.

उदाहरणार्थ, पान, सिगारेट, तंबाखू, गुटखा, हुक्का वगैरे प्रकार इस्लामच्या उदयकाळात नव्हते. तंबाखूला भारतात येऊन ३५०-४०० वर्षे झाली आहेत. सम्राट अकबराच्या काळात भारतात तंबाखू नव्हती. गुटखा आणि तंबाखूपासून तयार होणारे विविध पदार्थ अगदी अलीकडची गोष्ट आहे. उलेमांनी सावधगिरीचे उपाय सुचवले आहेत. पान अथवा तंबाखूची थुंकी गिळल्याने उपवास मोडला जाईल. कुणाला वाटत असेल की, तोंडात ठेवलेली तंबाखू पोटात जात नाही, मग उपवास कसा मोडला जाईल? तोंडात ठेवलेल्या तंबाखूने जर तलफ भागवली जात असेल, तर याचा अर्थ असा की, त्याचे काही कण, काही अंश निश्चितपणे पोटात जात असणार, म्हणून उपवास मोडला जातो. जवळजवळ

हाच प्रकार विडी आणि सिगारेटचा आहे. त्याचा धूर शरीरात जाऊन उपवासाला संपुष्टात आणणारा आहे.

याच प्रकारे धर्मपंडितांनी विनाकारण खाद्यपदार्थाला तोंडात ठेवणे किंवा त्याचा केवळ स्वाद घ्यायलादेखील उपवासाला 'मकरूह' (अनुचित) करणारे कृत्य म्हणून जाहीर केले आहे. या संदर्भात विनाकारणची अट अशाकरिता की, एखाद्या महिलेचा पती स्वभावाने तापट असेल आणि स्वयंपाकात मीठ वगैरेचे प्रमाण कमीजास्त होण्याच्या शक्यतेमुळे व त्यांचे परस्परसंबंध बिघडू नयेत म्हणून पत्नीला ती शिजवत असलेले पदार्थ फक्त चाखण्याची परवानगी आहे. चव समजताच ते थुंकून देणे आणि चूळ भरणे आवश्यक आहे. असे न केल्याने उपवास मोडला जाईल आणि पुढचे नियम लागू होतील. या सवलतीनुसार हॉटेलच्या स्वयंपाकघरातील आचारी आणि इतर कर्मचारीही आपले काम करू शकतात. शरीअतचे या संदर्भातील काही आदेश पुढे येत आहेत.

उपवासातील काही प्रश्न

सेहरी व निय्यत : उपवास रमज़ानचे असोत किंवा एरवी विविध कारणांनी राखण्यात आलेले असतो, त्याकरिता सेहरीचे सेवन करणे ताकीदपूर्वक आहे. पैगंबरसाहेबांचा आदेश आहे की, 'सेहरी खात जा, अशाकरिता की सेहरीच्या सेवनात बरकत (कल्याणकारी अंश) आहेत.' एका इतर हदीसमध्ये सांगण्यात आले आहे की, 'आमच्यात आणि 'अहलेकिताब' (ईश्वरी ग्रंथांवर श्रद्धा ठेवणाऱ्या) उपवासांमध्ये फरक व वैशिष्ट्य सेहरी खाण्याचे आहे. (म्हणजे आम्ही सेहरी घेत असतो व ते घेत नाहीत.)' - इमाम मुस्लिम

उपवास राखतानाचा दुसरा महत्त्वपूर्ण घटक म्हणजे 'निय्यत' हे आहे. निय्यत म्हणजे इरादा, हेतू किंवा संकल्प असा आहे. निय्यतशिवाय उपवास होऊ शकत नाही. कुणी प्रातःकाळापासून सूर्यास्तापर्यंत त्या सर्व गोष्टींपासून अलिप्त राहिला- ज्यांपासून एक उपवासधारक स्वतःला सांभाळतो- परंतु त्याने रोज़ा राखण्याची निय्यत केली नसेल, तर अशा व्यक्तीचा उपवास होऊ शकणार नाही. प्रेषितसाहेबांनी फर्मावले आहे की, ज्या व्यक्तीने फ़ज्र (पहाटेपूर्वीच) निय्यत केली नसेल त्याचा उपवास होऊ शकणार नाही. (तिर्मिज़ी). काही धर्मपंडितांनी सखोल अध्ययन करून आणि प्रेषितसाहेबांच्या इतर वचनांना समोर ठेवून असा निर्णय दिला की, ज़वालच्या (मध्याह्नच्या) एक तास आधी जर कुणी उपवासाची निय्यत केली असेल आणि काही खाल्ले-प्यायले नसेल तर रमज़ान आणि इतर दिवसांचाही उपवास राखता येईल. निय्यत राखणे आणि त्याचा निश्चय करण्याचे ठिकाण हृदय आहे, म्हणून केवळ मनातून जरी हा इरादा केला की कुठला उपवास करत आहे तरी पुरेसे आहे. तोंडाने निय्यतीची दुआ (श्लोक) उच्चारले नाही तरी चालेल. परंतु जिभेने उच्चारलेले जास्त बरे.

उपवास मोडणारे कृत्य : उपवासधारकाची काही कृत्ये मात्र अशी आहेत ज्यामुळे उपवासासारखी अनमोल उपासना संपुष्टात येते. फक्त एवढेच नव्हे; तर या कृत्यांमुळे क़ज़ा (परतफेड) आणि 'कफ़्फ़ारा' (प्रायश्चित्त) दोन्ही गोष्टी लागू होतात. क़ज़ा म्हणजे रमज़ानचा महिना संपल्यावर त्याच पद्धतीने पुन्हा उपवास करणे आणि कफ़्फ़ारा म्हणून एका गुलामाला मुक्त करणे अथवा दोन महिने सातत्याने उपवास राखणे किंवा ६० दारिद्र्यग्रस्त (मिस्कीन)

लोकांना पोटभर जेवू घालणे. ज्या कृत्यामुळे उपवास मोडला जातो ते पुढीलप्रमाणे :

१) पत्नीबरोबर शरीरसंबंध प्रस्थापित करणे, मग वीर्यपतन झाले नसले तरी उपवास मोडला जाईल आणि कफ़्फ़ारा लागू होईल. हे कृत्य पत्नीच्या मर्जीने घडले असेल तर तिच्यावरही कफ़्फ़ारा आणि क़ज़ा दोन्ही लागू होईल. परंतु, या कार्यात पत्नीची मर्जी नसेल किंवा सुरुवातीला तिची मर्जी नव्हती आणि पतीने बळजबरीने असे करण्यास भाग पाडले तर पत्नीवर फक्त उपवासाची क़ज़ा लागू होईल. सुरुवातीला तिला जबरदस्तीने भाग पाडले गेले, परंतु नंतर तीही सामील झाली तरीसुद्धा महिलेवर कफ़्फ़ारा लागू होणार नाही. फक्त क़ज़ा लागू होईल.

२) जाणीवपूर्वक अशा वस्तूंचे सेवन करणे ज्यांचे खाद्यपदार्थ अथवा औषधी म्हणून उपयोग होत असेल तर उपवास संपुष्टात येईल आणि अशा व्यक्तीवर उपवासाची क़ज़ा आणि कफ़्फ़ारा दोन्ही लागू होतील. परंतु हे कार्य जाणीवपूर्वक केले नसेल तर उपवास मोडला जाणार नाही.

महिना एक : उपासना अनेक

रमज़ान महिन्यातील प्रमुख उपासना म्हणजे व्रत (रोज़ा) राखणे ही असली तरी हज्ज व्यतिरिक्त इतर दोन उपासना म्हणजे नमाज़ आणि ज़कात, या दोन उपासना मुस्लिम बांधव अत्यंत काळजीपूर्वक पार पाडतात. हज्ज एक यात्रा आहे आणि तीदेखील आयुष्यातून केवळ एकदा वित्तीय आणि शारीरिक आरोग्य प्रबळ असलेल्या लोकांवरच बंधनकारक आहे. नमाज़ दिवसातून पाच वेळा पढावी लागते. ज़कात - वर्षाभरातून केवळ एकदा आपल्या जमा पुंजीतून २.५% या हिशेबाने वजा करून गरिबांना वाटप करायची असते. उपवास - आपणास माहीतच आहे की, वर्षातून रमज़ानचा एक महिना म्हणजे ३० दिवस करावयाचे असतात. रमज़ानच्या महिन्यात हज्ज करता येत नाही. हिजरी कॅलेंडरप्रमाणेदेखील कुठल्याही महिन्यात करता येत नाही. त्याकरिता विशेष महिना सुरक्षित करण्यात आला आहे आणि त्या महिन्याचे नावदेखील हज्जच्या उपासनेला अनुसरून 'जिलहिज्ज' असे देण्यात आले आहे. जिलहिज्जचा महिना इस्लामी पंचांगाप्रमाणे वर्षाचा बारावा आणि अंतिम महिना असून रमज़ानच्या महिन्यानंतर दोन चांद्रमासच्या अंतरावर येतो. या हिशेबाने रमज़ानचा पवित्र महिना नवव्या क्रमांकावर आहे.

रमज़ानचा महिना म्हणजे उपासनेचा महिना, आराधनेचा महिना, अध्यात्मिकतेची आरास करून घेण्याचा महिना. रमज़ानचा महिना म्हणजे अंतर्चक्षू उघडून संसार आणि निसर्गाच्या समीप जाऊन मानवीय दु:खांच्या अध्ययनाचा महिना. जेणेकरून उपवासधारकांची मने द्रवतील आणि त्यांच्या नजरेसमोर मानवी जीवनाचे नवे आयाम उभे राहतील. उपासकाला उपाशीपोटी राखणे आणि तहानलेल्या अवस्थेत सूर्यास्तापर्यंत उपासकाला ताटकळत ठेवण्यात परमेश्वराचे काहीच हित नाही; परंतु ही कवायत उपासकाच्या हिताची जरूर आहे.

चांगले मित्र, चांगली पुस्तके, चांगले परिवार, चांगले कुटुंब ज्याप्रमाणे आपल्या जीवनात आणि विचारात बदल घडवून आणतात, त्याचप्रमाणे अंत:करणापासून मागितली जाणारी दुआ आणि केली जाणारी उपासना व्यक्तीच्या दैनंदिन जीवनावर विलक्षण संस्कार घडवून आणते. असे म्हटले जाते की, उपवास केल्याने माणूस ईश्वराचे सामीप्य साधतो. अशा परिस्थितीत उपासकाने ईश्वरचरणी सादर केलेली प्रत्येक उपासना व प्रार्थना तातडीने कबूल होते. मन:शांती प्राप्तीचा आनंद त्याच्या चेहऱ्यावरून व आचरणातून दिसून येतो.

अनेक लोकांचे असे गैरसमज आहेत की, नमाज़, रोज़ा, ज़कात आणि हज्ज केवळ या चारच उपासना आहेत. यातर फ़र्ज़ (अनिवार्य) करण्यात आलेल्या उपासना आहेत. तहानलेल्या कुत्र्याला पाणी पाजणे आणि कोमेजलेल्या झाडांना पाणी घालणे, हीसुद्धा प्रार्थना आहे. आवश्यकता एवढीच आहे की, प्रत्येक कर्माच्या मागे ईश्वराची प्रसन्नता व त्याची मर्जी साध्य करण्याचा हेतू असावा.

रमज़ान : रब्बचे इनाम शोधण्याचा महिना

रमज़ानचा महिना म्हणजे उपवासांचा महिना, कुरआन अवतरल्याच्या वाढदिवसाचा महिना, नमाज़ पढण्याचा महिना, दानधर्म आणि ज़कातच्या रकमेचे वाटप करण्याचा महिना, दीन-दलितांच्या जवळ पोहोचून त्यांच्या समस्या समजून घेण्याचा महिना, समस्या समजून घेऊन त्यांचे समाधान शोधण्याचा महिना. हे समाधान तात्पुरते नसावे, चिरस्थायी असावे. आपण केलेले पुण्य कुणी पाहत नसते किंवा कुणी त्याची नोंदही ठेवत नाही; परंतु अल्लाहच्या दरबारात उपासकाच्या प्रत्येक कर्माची नोंद असते.

रमज़ानच्या महिन्यात अनेक क्षण असे आहेत की, त्यांचा जर एका उपासकाने पुरेपूर वापर करून घेतला तर त्याचे पुण्य ५००० वर्षांपेक्षा जास्त उपासना (इबादत) केल्यासारखे मिळेल. आणि तो क्षण आहे शबे कद्रची रात्र. त्याचे विवरण असे की, प्राचीन काळातील प्रेषितांचे अनुयायी दीर्घायुषी होते. त्या मानाने प्रेषित हज़रत मुहम्मद (स.) च्या उम्मतींचे आयुष्य खूप कमी. पूर्वीचे लोक खूप उपासना करायचे. या पिढीचे लोक कमी आयुष्यमान असल्याकारणाने तेवढी करू शकत नाहीत. प्रेषितसाहेबांना याची खंत वाटणे साहजिकच होते. खरे पाहिले तर त्याची नुकसानभरपाई म्हणून अल्लाहने ही रजनी प्रेषितसाहेबांना एक उपहार म्हणून बहाल केली आहे. प्रेषितसाहेबांनी चार थोर पैगंबरांचा एके ठिकाणी उल्लेख केला आहे : (१) हज़रत अय्यूब (अ.) (२) हज़रत ज़करिया (अ.) (३) हज़रत हिज़क़ील (अ.) आणि (४) हज़रत यूशअ (अ.) तब्बल ८० वर्षे अल्लाहच्या उपासनेत गर्क राहिले. त्यांनी एक क्षणसुद्धा अल्लाहच्या आदेशांची अवज्ञा केली नाही. हे ऐकून पैगंबरसाहेबांचे सोबती आश्चर्यचकित झाले. त्याक्षणी हज़रत जिब्रईलचे आगमन झाले आणि सूरह अल्क़द्र त्यांनी वाचून दाखवली, ज्यात क़द्रच्या रात्रीचा उल्लेख असून त्यात फर्मावण्यात आले आहे की, 'ही रात्र हजार महिन्यांपेक्षा बेहतर आहे'. या संदर्भात पैगंबरसाहेब म्हणाले की, 'जी व्यक्ती या रात्री पूर्ण इमान राखून केवळ पुण्यप्राप्तीच्या नियतीने इबादत (प्रार्थना) करेल, तिची सर्व पापं (इतर व्यक्तींबरोबरची सोडून) माफ करण्यात येतील.'

अशा अनेक संधी उपासकांना या महिन्यात उपलब्ध करून देण्यात आल्या आहेत. या महिन्यात संपूर्ण वातावरण पुण्यप्राप्तीच्या प्रयत्नांनी बहरले असल्याकारणाने लोकांची मने

भलाई, उपकार, चांगुलपणा आणि प्रामाणिकपणाकडे वळलेली असतात. या गोष्टींचा पुरेपूर वापर करून घेतला तर मागील ११ महिन्यांपासून लागलेल्या वाईट सवयींपासून सुटका मिळवण्यात फार मोठी मदत मिळेल.

मनुष्य स्वभावत: प्रेमळ आहे. त्यात लाज आणि शरम या भावना स्वाभाविकरीत्या निर्माण करण्यात आल्या आहेत. त्याचे दुर्गुण स्थायी नसून अस्थायी असतात. रमज़ानच्या महिन्यात दुर्गुणांपासून मुक्ती आणि सवयींचे निर्मूलन करणे अत्यंत सोपे आहे. आपला अधिक वेळ नमाज़, कुरआन पठण, दानधर्म करण्यात आणि दुआ मागण्यात व्यतीत करावा आणि वर्षभराकरिता आपल्या मनाची बॅटरी चार्ज करून घ्यावी. नेहमी अल्लाहचे सान्निध्य कसे प्राप्त होईल याकडे जास्त लक्ष असावे आणि त्याचा सर्वात सोपा उपाय म्हणजे नमाज़, कुरआन पठण आणि अल्लाहचरणी आपल्या पापांची क्षमायाचना करणे (दुआए मग़फ़िरत) हा होय.

शून्य गुंतवणूक : लाभ मात्र अफाट

अल्लाला कुठल्याही प्रकारचा नैवेद्य अथवा प्रसाद लागत नाही; कारण त्याला भूक लागत नाही. आपल्याकडे येणाऱ्या पाहुण्याने आधीच कल्पना दिली की, मला अमुक खाद्यपदार्थ आवडतो, अमुक आवडत नाही, तर अशा पाहुण्याची मेजवानी करणे सोपे जाते. एखादा पाहुणा काहीच खावयास तयार होत नाही. कारण, त्याच्या आवडीचे पदार्थ आपण बनवूच शकलो नाही. जवळजवळ हीच परिस्थिती ईश्वराला प्रसन्न करण्याची आहे. कारण, कोणती चीजवस्तू अल्लाहला प्रसन्न करेल, हे कोणालाच ठाऊक नाही. म्हणून सर्व उपासक आपापल्या पसंतीच्या वस्तू ईश्वराला अर्पण करत असतात. परंतु ईश्वर मात्र उपाशीच राहतो. लोक आपल्या पसंतीचे पेय ईश्वराला अर्पण करत असतात, ते पेय त्याच्या मर्जीचे नसल्यामुळे ईश्वर मात्र तहानलेलाच राहतो. तो निर्गुण निराकार असला तरी त्याला भूक लागते, त्याला तहानही जाणवते, तो आजारीही पडतो, याची जाणीव आपणास दिली असून ती अशी की, प्रलयाच्या दिवशी जेव्हा प्रत्येक व्यक्ती आणि वस्तूचा न्यायनिवाडा केला जाईल तेव्हा अल्लाह उपासकाला विचारेल, मी उपाशी होतो, तू मला जेवू घातले नाही; मी तहानलेला होतो, तू मला पाणी पाजले नाही; मी आजारी होतो, तू माझी विचारपूस केली नाही.

दास उत्तरादाखल ईश्वराला म्हणेल की, तू निर्माता, सृजनकर्ता आणि तू उपाशी, तू आभाळातून सर्वांना पाणी देणारा आणि तू तहानलेला, तू लोकांना स्वास्थ्य प्रदान करणारा आणि तू आजारी?

ईश्वर म्हणेल माझा अमुक दास उपाशी होता, त्याला जेवू घातले असते तर मला जेवण दिल्यासारखे झाले असते. माझा अमुक दास तहानलेला होता, त्याला पाणी पाजले असते तर मला पाणी पाजल्यासारखे झाले असते. अमुक व्यक्ती आजारी होती, तिची देखभाल केली असती तर माझी शुश्रूषा करण्यासारखी ठरली असती.

या उदाहरणावरून आपल्या लक्षात येते की, अल्लाहची सर्वात आवडती गोष्ट म्हणजे मानवजातीची सेवा ही आहे. म्हणून आपली दुआ त्वरितपणे स्वीकृत करून घ्यायची असेल तर भुकेलेल्यांना जेवू घाला, त्यांच्या दैनंदिन गरजा भागवा. त्याकरिता नियमितपणे सद्क़ा, दानधर्म करत राहा. आईवडील आणि निकटवर्तीयांना प्राधान्य द्या.

दुआ म्हणजे ईश्वराच्या दरबारी लावलेला 'इमर्जन्सी कॉल'. या कॉलला मस्जिद, वुज़ू, नमाज़, जाएनमाज़ इत्यादी वस्तूंची फारशी आवश्यकता नाही. मागणाऱ्याचे 'मागणे' आणि 'मन' शुद्ध असावे. अल्लाहच्या मर्जीचा भंग न करता आपल्या गरजा मांडाव्यात. अल्लाहची मर्जी म्हणजे मागताना हे सिद्ध झाले पाहिजे की, मी तुझ्याकडूनच मागत आहे. तुझ्या ईश्वरी आणि देणगीच्या शक्तीमध्ये कुणाला सामील करून घेतलेले नाही. देणाराही तूच आहे आणि नाकारण्याची तुला सवय नाही, ती तुझ्या परंपरेत बसत नाही. म्हणून त्या एका ईश्वराचीच ओढ आपल्या मनात बसू द्या.

दुआ मागायला काही पैसाअडका लागत नाही. ईश्वर आणि उपासकाच्या दरम्यान कुणी तिऱ्हाईत माणूस नाही. म्हणून दुआदेखील नमाज़सारखी एक अशी उपासना आहे ज्यात कुठल्याही प्रकारचे भांडवल गुंतवावे लागत नाही.

जागतिक सहिष्णुता वाढावी म्हणून...

काही वर्षांपूर्वी सौदी अरेबियाच्या एका बादशाहाच्या मनात असे आले, की जगातील पन्नासहून अधिक मुस्लिम राष्ट्रे एकाच दिवशी रमज़ान ईद साजरी करू लागले, तर त्यांच्यातील मतभेद कमी होतील, सहिष्णुता वाढेल आणि त्यांच्यातील प्रेमभाव वाढीला लागेल. त्या काळात इराण आणि इराकच्या दरम्यान भीषण युद्ध सुरू होते आणि दररोज हजारो माणसे बळी पडत होती. अशा भयावह परिस्थितीत ही कल्पना खूप आकर्षक होती. तडकाफडकी एका जागतिक संमेलनाचे आयोजन केले गेले आणि मुस्लिम जगतातील सर्व राज्यकर्त्यांना व उलेमा आणि विद्वानांना त्या परिषदेत सामील होण्याचे निमंत्रण पाठवले गेले.

भारतातून या परिषदेला आंतरराष्ट्रीय ख्यातीचे इस्लामी विचारवंत मौलाना सय्यद अबुलहसन अली नद्वी (मौलाना अलीमियां) यांना आमंत्रित करण्यात आले होते. समारोपाच्या दिवशी, त्यांचे व्याख्यान व सुझाव मांडण्याचे आयोजकांनी ठरवले होते. आपले विचार मांडताना मौलाना म्हणाले की, ''एका तिथीला ईद साजरी केल्याने एकोपा कदापि निर्माण होणार नाही. साऱ्या जगात ख्रिसमसचा सण एकाच तारखेला म्हणजे २५ डिसेंबरला साजरा करण्यात येतो. संपूर्ण युरोप, अमेरिका, कॅनडा, ऑस्ट्रेलिया आणि दक्षिण अमेरिका आणि आफ्रिकेची अनेक राष्ट्रे ख्रिश्चन धर्माचे पालन करणारे आहेत; मग त्यांच्यात तीव्र मतभेद का? युरोपी राष्ट्रे आणि अमेरिकेच्या दरम्यान दोन महायुद्ध का घडली? ज्यात लाखो माणसे मरण पावली. एका दिवशी ईद साजरी केल्याने काही फारसा फरक पडू शकणार नाही. एकोपा आणि सामंजस्य निर्माण होण्याकरिता ईदच्या आदर्शापलीकडे जाऊन काही प्रयत्न करावे लागणार आहेत आणि या प्रयत्नांना सातत्याने चालू ठेवले पाहिजे आणि त्यांना राज्यकर्त्यांपासून आम जनतेपर्यंत पोहोचवावे लागणार आहे. या अपेक्षित सामंजस्य आणि बंधुभावाची उत्तम उदाहरणे आपणास पैगंबरसाहेबांच्या जीवनशैलीत सापडतील. त्याचे अनुकरण करणे आवश्यक आहे.'' या परिषदेत मौलानांनी अनेक सुझाव दिले. मौलाना साहेबांच्या भाषणानंतर परिषदेचे वातावरण एकदम बदलले. आतापर्यंत जे ठराव मांडण्यात आले होते ते सर्व दफ्तरी दाखल करण्यात आले. जी माणसे बंधुभाव आणि एकात्मतेला ईदच्या एका दिवसापुरते राबवण्याच्या प्रयत्नात होती त्यांचे

डोळे उघडले गेले आणि त्यांनी व त्यांच्या शासनांनी प्रत्येक पातळीवर मानवतावादी धोरण अंगीकारण्याची घोषणा केली.

आणि खरेच आहे; बंधुभाव, मानवी प्रेम, सामंजस्य आणि सहिष्णुतासारखे विधायक विचार आणि कार्य एका दिवसात माणसांच्या मनात रुजवणे कठीण आहे. त्याकरिता सातत्याने प्रयत्न केले पाहिजेत. हे काम सरकार-दरबारातून होणे शक्य नाही. सरकार बदलत राहते, त्याचे धोरण बदलत राहते, जनता मात्र बदलत नाही. शिक्षक, सामाजिक कार्यकर्ते, लेखक, साहित्यिक आणि सर्वात महत्त्वाचे म्हणजे प्रसारमाध्यमे आपल्या वाचकांना आणि श्रोत्यांना जसे वळण लावतील समाज त्या पाऊलवाटांवरच पुढे सरसावतो, हे विसरता कामा नये.

लेखक परिचय

अनीस चिश्ती

- उर्दू आणि पर्शियन भाषेतील साहित्याचे ज्येष्ठ अभ्यासक, लेखक, संशोधक, निबंधकार व शिक्षणतज्ज्ञ
- मराठी, उर्दू व इंग्लिश भाषेतून ५०हून अधिक पुस्तके प्रकाशित. महाराष्ट्र राज्यातील नववी व बारावीच्या क्रमिक पुस्तकांमधून धड्यांच्या रूपाने लेखनाचा समावेश
- महाराष्ट्र राज्य माध्यमिक व उच्च माध्यमिक शिक्षण मंडळ, महाराष्ट्र राज्य शिक्षण व प्रशिक्षण शास्त्र संशोधन संस्था, इंडियन इन्स्टिट्यूट ऑफ एज्युकेशन, नद्वतुल उलेमा लखनऊ, नॅशनल कौन्सिल फॉर प्रमोशन ऑफ उर्दू लँग्वेज, दिल्ली अशा अनेक राष्ट्रीय व आंतरराष्ट्रीय ख्यातीच्या शैक्षणिक, साहित्यिक व सामाजिक संस्थांशी निगडित
- मराठी वर्तमानपत्रे, मासिके, दिवाळी अंकातून लेखमाला प्रसिद्ध
- मराठी पुस्तके : *आधुनिक युगात इस्लामी जीवनशैली, मुहम्मद पैगंबर चरित्र* (संशोधन-संपादन), *रमज़ानची उपासना आणि भारतीय संस्कृती, मदरसे आणि जागतिक दहशतवाद, बाबरी मशिद की रामजन्मभूमी?* (अनुवाद आणि संपादन), *मुहम्मद पैगंबर (स.)साहेबांनी मानवी समाजाला काय दिले?, कृपासागर पैगंबर (स.)* (अनुवाद), *भारतीय मुसलमान* (अनुवाद), याशिवाय उर्दू आणि इंग्लिश भाषेत ४० पुस्तके
- *दलित मराठी अदब शेनासी* (दलित मराठी साहित्याची तोंडओळख) या पुस्तकाला महाराष्ट्र व उत्तर प्रदेश उर्दू साहित्य अकादमीतर्फे पुरस्कार
- वि. स. खांडेकरांच्या १५ लघुकथांचा उर्दू भाषेत संग्रहरूपाने अनुवाद
- धर्म, भाषाशास्त्र, ऑर्थोग्राफी, भूगोल, इतिहास, साहित्य, शिक्षणशास्त्र, खगोलशास्त्र, फोन्टोग्राफी, उर्दू-पर्शियन कॅलिग्राफी इत्यादी विषयांचा अभ्यास
- इन्स्टिट्यूट ऑफ नॅशनल इंटिग्रेशन येथे भारतीय सेना पदाधिकाऱ्यांना तसेच मसुरी व महाराष्ट्रातील प्रबोधिनी येथील प्रशासकीय अधिकाऱ्यांना धर्मशास्त्र, सद्भावना, मानवी ऐक्यादी विषयांचे प्रशिक्षणार्थ अध्यापन
- 'सेना प्रशिक्षण कमान'तर्फे आर्मी कमांडर्स कमेन्डेशन कार्ड प्रदान. भारतीय सेनेच्या इतिहासात प्रथमच एका बिनलष्करी व्यक्तीला असा सन्मान देण्यात आला आहे.
- सौदी अरब, अरब अमिरात, तुर्कस्तान, इंग्लंड, कॅनडा, अमेरिका, इजिप्त, जॉर्डन, सीरिया, जेरूसलेम, फ्रान्स, बेल्जियम, हॉलंड, मोंटेकार्लो, जर्मनी, स्पेन, नेपाळ, इटली, मोनॅको, लँचेस्टाईन, कान्स, स्वित्झर्लंड, व्हॅटिकन सिटी, ऑस्ट्रिया इत्यादी देशांचे अभ्यासदौरे

www.ingramcontent.com/pod-product-compliance
Lightning Source LLC
LaVergne TN
LVHW100819051026
849519LV00006B/2134
9789384316440